വിഷ്ണു തെക്കേടത്ത്

1994ൽ തൃശൂർ ജില്ലയിലെ ചാലക്കുടിയിൽ ജനനം. അച്ഛൻ: തെക്കേടത്ത് സാജു, അമ്മ: വാസന്തി, സഹോദരങ്ങൾ: നന്ദു, സുധി.

ഐ.ആർ.എം.എൽ.പി. സ്കൂൾ, അഷ്ടമിച്ചിറ ഗാന്ധിസ്മാരക ഹൈസ്കൂൾ എന്നിവിടങ്ങളിൽനിന്നും പ്രാഥമിക വിദ്യാഭ്യാസം. കെ. കരുണാകരൻ മെമ്മോറിയൽ പോളിടെക്നിക്കിൽ പഠിച്ചുകൊണ്ടിരുന്നപ്പോഴാണ് കഥയെഴുത്തിന് താൽപര്യം ജനിച്ചത്. സമൂഹമാധ്യമത്തിലെ മുഖപുസ്തക എഴുത്തുകളിൽ സജീവമായിരുന്ന കാലഘട്ടത്തിൽ ഒന്നിലധികം മാഗസിനുകളിൽ കഥകളെഴുതി. ആദ്യനോവൽ അദൃശ്യപൗർണ്ണമിയാണ്. സായകം ചിത്രശാല ചുമർചിത്രപഠനകേന്ദ്രത്തിൽ ശ്രീ. എ.ജി. സെന്തിൽകുമാറിന്റെ ശിഷ്യത്വം സ്വീകരിച്ച് ചിത്രകലയിൽ തുടക്കം കുറിച്ചു.

വിജയരാഘവപുരം ഐ.ടി.ഐയിൽനിന്നും ഡ്രാഫ്റ്റ്സ്മാൻ സിവിൽ പഠനം കഴിഞ്ഞു നിലവിൽ കരാറടിസ്ഥാനത്തിൽ ഇറിഗേഷൻ സെക്ഷനിൽ തുടരുന്നു.

ഇമെയിൽ: tsvishnu87@gmail.com
Mob: 9656965427

Malayalam Language
Adrisyapournami
(Novel)
by
Vishnu Thekkedath

♦

Published in August 2022
Second Impression May 2023
by Kairali Books Private Limited
Thalikkavu Road, Kannur.
Ph : 0497-2761200
E-Mail : Kairalibooksknr@gmail.com

♦

Cover Design :
Prasanth Mangad

♦

Cover Illustration
Artist Sukumaran

♦

Printed at
Papyrus Printers, Kozhikode

Price ₹ : 220.00
27/22-23/Sl.No.1332/200/NS 18.6
ISBN 978-93-49727-81-6

അദൃശ്യപൗർണ്ണമി

വിഷ്ണു തെക്കേടത്ത്

കൈരളി ബുക്സ്

ആമുഖം

മാന്ത്രികനോവൽ തലത്തിൽ ആവർത്തിച്ചു വിരസ്സമായി ത്തീർന്ന ശൈലിയിൽനിന്നും അൽപ്പം വ്യത്യസ്തത പുലർത്തുന്ന അന്വേഷണമാണ് അദൃശ്യപൗർണ്ണമി. ആറേഴ് മാസങ്ങൾ നീണ്ട കഠിനപ്രയത്നത്തിന്റേയും കഥാപാത്രരൂപീകരണത്തിനായും മനസ്സ് കിടന്നലഞ്ഞതിന്റെ സാക്ഷാത്കാരമാണ് ഈ നോവൽ.

പൂർണ്ണപിന്തുണയുമായി കൂടെ നിൽക്കുന്ന അച്ഛൻ, അമ്മ, സഹോദരങ്ങൾ, സുഹൃത്തുക്കൾ, എഴുത്ത് പാതിവഴിയിൽ നിലച്ചപ്പോൾ മനസ്സിനുള്ളിലെ കാല്പനിക ചിത്രീകരണ കഥയുടെ പുനഃസംഗമത്തിന് നിമിത്തമായ വിനോദ്ഏട്ടൻ,

നവാഗതനായ എന്റെ സൃഷ്ടിയുടെ പൂർണ്ണതയ്ക്ക് അവതാരിക എഴുതിയ മാന്ത്രികനോവൽ സാഹിത്യത്തിലെ തന്റേതായ മുദ്രപതിപ്പിച്ചും ഓരോ എഴുത്തുകൾകൊണ്ടും വായനക്കാരുടെ മനസ്സിൽ ഭയത്തിന്റെ തലങ്ങൾ സൃഷ്ടിക്കുന്ന മാന്ത്രികനോവലിന്റെ കുലപതി ശ്രീ. സുനിൽ പരമേശ്വരൻ എന്ന കാന്തലൂർ സ്വാമിക്കും ഹൃദയം നിറഞ്ഞ നന്ദി.

നോവൽ ആരംഭം മുതൽ നോവലിനോടൊപ്പം സഞ്ചരിച്ചും ആരെയും ആകർഷിക്കുന്നതും, ചിന്തിപ്പിക്കുന്നതുമായ രീതിയിൽ നോവലിന്റെ ശീർഷകമെഴുതി നൽകിയ ധനേഷ് പട്ടാഴിക്കും, കഥയുടെ ചിത്രീകരണം മനോഹരമായ ക്യാൻവാസിലേക്ക് പകർന്നു നൽകിയ ആർട്ടിസ്റ്റ് സുകുമാരനും, നോവൽ അച്ചടിമഷി പടർത്തുന്ന കൈരളി ബുക്സിനും നിറഞ്ഞ സ്നേഹത്തോടെ... പ്രിയമുള്ള സ്നേഹിതരേ അദൃശ്യപൗർണ്ണമി സമർപ്പിക്കുന്നു..

അവതാരിക

സർവ്വം മായ ജഗത് മിഥ്യ.

അവൻ എഴുതിയിരിക്കുന്ന അക്ഷരങ്ങൾ ഉച്ചത്തിൽ കൂട്ടിവായിക്കുമ്പോൾ അവന്റെ മുഖത്ത് ഭയം വന്നു നിറഞ്ഞതു കാണാം . ഈ പ്രപഞ്ചത്തിൽ കാണുന്ന കാഴ്ചകൾ എല്ലാം മിഥ്യാധാരണയാണ്. വായിക്കുന്ന കഥാസന്ദർഭങ്ങൾ അവന് ചുറ്റിലും അരങ്ങേറുന്നത് പോലെ തോന്നി. നേർകാഴ്ചകൾ പോലെ.

അദൃശ്യപൗർണ്ണമി.

മനസ്സിന്റെ ഇരുണ്ടനിഗൂഢതകളിൽ ഭീതിയുടെ സ്പന്ദനം സൃഷ്ടിക്കുന്ന രചനയോ... അതോ മന്ത്രതാന്ത്രികതയെ നൂൽപ്പാലത്തിലൂടെ നമ്മുടെ ബോധത്തെ നിശബ്ദമായി ഇരച്ചു കൊണ്ടുപോകുന്ന അക്ഷരകൂട്ടങ്ങളോ... മഹാമാന്ത്രികൻ ധനഞ്ജയന്റെ മനോവികാരങ്ങളോ... വിഷ്ണു ശർമ്മയുടെ സഞ്ചാരചിന്തകളോ.. അതോ കൃതികയെന്ന പെണ്ണിന്റെ സ്വപ്നസഞ്ചാരമോ...

അല്ല പിന്നെയോ, ജലഗന്ധമനയുടെ നിഗൂഡനിഴലുകൾ ദീർഘനിശ്വാസങ്ങൾ വലിക്കുന്ന മാന്ത്രികരുടെ ഇരുൾ മാളങ്ങളിലേക്ക് കടന്നു ചെല്ലാം.

ദേവാംഗനയുടെ, രുധിരമാലയുടെ നിഴലുകൾക്ക് പിന്നാലെ വായിക്കാം... നമുക്ക് മികച്ച മാന്ത്രികനോവൽ. ഈ രംഗത്തു പ്രഭ ചൊരിയാൻ കഴിയട്ടെ എന്റെ പ്രിയപ്പെട്ട എഴുത്തുകാരന്..

സുനിൽ പരമേശ്വരൻ

(കാന്തല്ലൂർ സ്വാമി)

അന്ധകാരം പരന്നു കിടക്കുന്ന ജലഗന്ധമനയിലെ ഗ്രന്ഥപ്പുര. പ്രാകൃതമായ ഗ്രന്ഥങ്ങൾ മുറിയിൽ വീണുകിടക്കുന്നു. നേത്രങ്ങളുടെ വീക്ഷണകോണുകളിൽ ചായക്കൂട്ടുകൾകൊണ്ട് കോറിയിടുന്ന ചിത്രങ്ങളാണ് ദൃശ്യം. പക്ഷേ അന്തർനേത്രങ്ങളിൽ സ്മരിക്കുന്ന പല കാഴ്ചകളും അവ്യക്തത നിറഞ്ഞ സ്വപ്നങ്ങളാണ്. നിലാവിനെ കാർന്നുതിന്നുന്ന കാർമേഘങ്ങളും, അദൃശ്യതയിൽ രൗദ്രത പ്രതിഫലിപ്പിക്കുന്ന കടവവ്വാലുകൾ അന്തിയുറങ്ങുന്ന ഗ്രന്ഥപ്പുരയിൽ ഭീതിയുടെ അന്തരീക്ഷം പ്രതിഫലിക്കുന്നു.

ആ പഴക്കം ചെന്ന മനയുടെ അറയിൽ കല്ലിൽകൊത്തിയ പ്രണവമന്ത്ര സ്വരൂപിണിയായ ദേവീശിൽപം. ശിൽപത്തിന് താഴെ വിളക്കിനോട് ചേർന്ന് കിടക്കുന്ന പഴയ ഒരു ഗ്രന്ഥം. നാരായം ചേർത്തു കെട്ടിയ ഗ്രന്ഥത്തിലെ മുറിതാളുകൾ മുറിചുരികപോലെ ഇന്നും വിറക്കുന്നു. ആരോ ആലേഖനം ചെയ്തു പാതിവഴിയിൽ അപൂർണ്ണമായി ഉപേക്ഷിക്കപ്പെട്ട മാന്ത്രിക നോവലിന്റെ മുഖത്തലപ്പിൽ എഴുതിയിരിക്കുന്നു 'അദൃശ്യം' ആ അക്ഷരങ്ങൾ ജ്വലിക്കുന്നുണ്ടായിരുന്നു, അഗ്നിപോലെ.

ഒന്ന്

പുരാവസ്തുവകുപ്പ് സീൽ ചെയ്ത ആ തറവാട് മനയെ തേടി ഒരാൾ അവിടെയെത്തി. അയാളുടെ ആദ്യസ്പർശനം ആ ഭൂമിയിൽ പതിച്ചപ്പോൾ ഭൂമികുലുങ്ങി. ഇടിവെട്ടോട് കൂടിയ മഴപെയ്തിറങ്ങി. കാറിൽനിന്നും കുടനിവർത്തി പാതി ക്ഷയിച്ച ആ മനയുടെ പൂമുഖത്തേക്ക് കയറി. പുറകെ എത്തിയ സഹായികൾ അവിടെനിന്നും ഗ്രന്ഥങ്ങൾ, പഞ്ചലോഹവിഗ്രഹങ്ങൾ, ഓട്ടുപാത്രങ്ങൾ, ഈട്ടിത്തടിയിൽ തീർത്ത ദാരുശില്പങ്ങൾ തുടങ്ങി അമൂല്യങ്ങളായ പലതും കണ്ടെടുത്ത് എഴുതി തിട്ടപ്പെടുത്തി.

മനയുടെ കിഴക്കിനിയോട് ചേർന്ന് തയ്യാറാക്കിയിട്ടുള്ള പൂജാമുറിയിലെ ചുവർചിത്രങ്ങളുടെ ശോഭ മങ്ങി. അജന്താ ശൈലിയിലുള്ള ചിത്രങ്ങളിൽ ദേവിയുടെ ഐതിഹ്യം വിവരണം ചെയ്തിരിക്കുന്നു. പലതും കാലത്തിന്റെ പഴക്കത്താൽ പ്രാകൃതമായ ശില്പങ്ങൾ പോലെ വികൃതമായിരിക്കുന്നു.

പകൽവെളിച്ചത്തിലും അന്ധകാരം പ്രതിഫലിക്കുന്ന കോവിലകത്തിന്റെ ഇടനാഴികളിലൂടെ നടന്നു നീങ്ങിയ വിഷ്ണുശർമ്മൻ പാതി തുറന്ന രണ്ട് കൊച്ചുവാതിലുകൾ കാണാനിടയായി. വാതിൽപ്പഴുതിലൂടെ മിഴികൾ പായിച്ച അവൻ ദേവിയുടെ വിഗ്രഹം ആദ്യമാത്രയിൽ കണ്ടു. വിഗ്രഹത്തിന് താഴെ കിടക്കുന്ന ഗ്രന്ഥത്തിലേക്ക് ഒന്ന് പാളി നോക്കി. കതക് തുറന്ന് അകത്ത് പ്രവേശിക്കുമ്പോൾ വല്ലാത്തൊരു ശബ്ദം പ്രതിഫലിച്ചു. ഗ്രന്ഥത്തിൽ സ്പർശിക്കാൻ കൈനീട്ടിയതും പെട്ടെന്ന് തന്നെ കൈ പുറകിലേക്ക് വലിച്ചു.

അസംഭവ്യമായതെന്തോ നേരിടേണ്ടി വരുമെന്ന ഭയം. ദേവിയെ നമസ്കരിച്ചശേഷം ശർമ്മ ഗ്രന്ഥം കയ്യിലെടുത്തു. ഗ്രന്ഥത്തിൽ സ്പർശിച്ചപ്പോൾ എന്തോ മുൻജന്മസുകൃതമുള്ള അദൃശ്യമായ നൂലിൽ കൂട്ടികെട്ടിയത് പോലെയൊരു തോന്നൽ. പൊടിതട്ടി അവൻ ആ ഗ്രന്ഥത്തിലൂടെ വിരലുകളോടിച്ചു.

സംസ്കൃതഭാഷയിൽ എഴുതിയിരിക്കുന്ന കൃതിയാണത്. അവൻ ആ പൂജാമുറിവിട്ട് പുറത്തുപോകുന്നതിന് മുൻപ് കയ്യിൽ കരുതിയിരുന്ന ബാഗിലേക്ക് ആ ഗ്രന്ഥം തിരുകിവെച്ച് വിഷ്ണുശർമ്മ പൂമുഖത്തേക്ക് നടന്നു. മഴ അപ്പോഴും തകർത്തങ്ങനെ പെയ്യുന്നുണ്ടായിരുന്നു.

"നാശം പിടിച്ച മഴ ഇതിനി എപ്പഴാണാവോ ഒഴിയുന്നത്. ഇന്ന് രാത്രി പാലക്കാട് എത്താമെന്ന് അമ്മയ്ക്ക് വാക്കും കൊടുത്തു പോയി. എന്താ ഇപ്പൊ ചെയ്യാ'. അയാൾ മനസ്സിലോർത്തു.

"സർ, ഒന്ന് അകത്തേക്കുവന്നേ." അകത്തളത്തിൽ നിന്നും ആരോ വിളിച്ചുപറഞ്ഞു. ശബ്ദം കേട്ടപാതി കേൾക്കാത്തപാതി അവൻ അകത്തേക്ക് തിരിഞ്ഞു നടന്നു.

തെക്കേ അറ പൂട്ടിയിട്ടിരിക്കുന്നു. തുറക്കാൻ കഴിയണില്ല. താക്കോൽ പഴുതിലൂടെ മിഴികൾ പായിച്ചപ്പോൾ ശൂന്യത തളംകെട്ടി കിടക്കുന്നു. പലതിനും ഉത്തരം കണ്ടെത്താനുള്ള ശേഷി അയാൾക്കില്ലാതെപോയി. അയാൾ ശ്രമത്തിൽ നിന്നും പിൻമാറി.

അറയിൽ നിറയെ ഗ്രന്ഥങ്ങളായിരുന്നു. അതാണ് കോവിലകത്തെ മാന്ത്രികപ്പുര. കണ്ടകാഴ്ചകൾ വാതിൽപ്പടി കടന്നാൽ മറന്നുപോകും. എല്ലാം ഒരു തോന്നലെന്ന ഓർമ്മപ്പെടുത്തലിൽ. ജാലവിദ്യകൾ കാണിക്കുന്ന ഒരു വിചിത്രമായ അറയാണത്.

നേരം സന്ധ്യയോടു അടുത്തിരിക്കുന്നു. മഴയിപ്പഴും തോർന്നിട്ടില്ല. അവൻ കാറുമായി പാലക്കാടേക്ക് യാത്രതിരിച്ചു. വീട്ടിൽ വന്നുകേറിയപ്പോൾ അമ്മയുടെ ദേഷ്യമനോഭാവം അവനെ ഒന്ന് ചൊടിപ്പിച്ചു. പക്ഷെ ഒന്നും മിണ്ടാതെ അമ്മ പറയുന്നതെല്ലാം അക്ഷമനായി കേട്ടുനിന്നു.

അത്താഴം കഴിച്ചു മുറിയിൽ വന്നുകിടന്ന വിഷ്ണുശർമ്മ പതിയെ മിഴികൾ ചേർത്തടച്ചു. ജാലകത്തിലൂടെ കടന്നുവന്ന കാറ്റിന്റെ പ്രഹരത്താൽ മേശപ്പുറത്തിരുന്ന ബാഗ് നിലത്തുവീണു. അതിൽനിന്നും താഴെ ചിതറിവീണ ഗ്രന്ഥം അവന്റെ മിഴികളെ ഓർമ്മപ്പെടുത്തി. പതിയെ മിഴികൾ തുറന്ന അവൻ മേശയിലേക്ക് നോക്കി. ബാഗ് അവിടെ തന്നെ ഇരിപ്പുണ്ട്. നിദ്രകളിൽ കണ്ടതുപോലെ ഒന്നും തന്നെ നടന്നിട്ടില്ല. അവൻ എഴുന്നേറ്റ് ബാഗിൽനിന്നും ഗ്രന്ഥമെടുത്തു. അത് കയ്യിലെടുത്തപ്പോൾ അന്തരീക്ഷം പ്രത്യേകം ഗന്ധത്താൽ ചിതറിത്തെറിച്ചു.

അന്തരീക്ഷം ഏകാഗ്രമായി. നാരായം ചേർത്ത് കൂട്ടികെട്ടിയ ഗ്രന്ഥം ബന്ധനമഴിച്ചു അവനത് ഹൃദിസ്ഥമാക്കാൻ തയ്യാറെടുത്തു. പെട്ടെന്ന് അത് സംഭവിക്കുന്നു.

കലപിലശബ്ദം കൂട്ടികൊണ്ട് നരിച്ചീറുകൾ അന്തരീക്ഷത്തിൽ പറന്നുയർന്നു. ഗ്രന്ഥത്തിന്റെ ബന്ധനമഴിച്ചു അവൻ കാതോർത്തു എങ്ങും നിശബ്ദത. ഭയപ്പെട്ടതുപോലെ ഒന്നും സംഭവിച്ചില്ല.. ഗ്രന്ഥം ടേബിൾ ലൈറ്റിന്റെ അടിയിലേക്ക് ചേർത്തുവെച്ച് കണ്ണുകളോടിച്ചു. ദേവഭാഷയിലാണ് ഗ്രന്ഥം എഴുതിയിരിക്കുന്നത്. അതുകൊണ്ട് തന്നെ സാധാരണക്കാർക്ക് അർത്ഥം ഗ്രഹിക്കാൻ പ്രയാസമാണ്. വിഷ്ണുശർമ്മ ഒന്നിരുത്തി ശ്വാസം വലിച്ചുവിട്ടുകൊണ്ട് മിഴികൾ ചേർത്തടച്ചു.

തത്വജ്ഞാനത്തിന്റെ സങ്കല്പംകൊണ്ട് ഒരു ബോധം രണ്ടു നാഡികളിൽ കൂടി പ്രവഹിച്ചു, സഹസ്രാരപത്മത്തിലെത്തി എന്തോ ഓർമ്മപ്പെടുത്തൽ എന്നോണം. ഹരിശ്രീ കുറിച്ചനാൾ മുതൽ എഴുത്താശാന്റെ അടുത്ത് നിന്നും ഹൃദിസ്ഥമാക്കിയ സംസ്കൃതപാഠങ്ങൾ അവൻ ഓർത്തെടുത്തു. അതിപ്പോഴും അവന്റെ ചിന്താമണ്ഡലത്തിൽ അലിഞ്ഞു ചേർന്നിരിക്കുന്നു.

സർവ്വം മായ ജഗത് മിഥ്യ. അവൻ എഴുതിയിരിക്കുന്ന അക്ഷരങ്ങൾ ഉച്ചത്തിൽ കൂട്ടിവായിക്കുമ്പോൾ അവന്റെ മുഖത്ത് ഭയം വന്നു നിറയുന്നത് കാണാം. ഈ പ്രപഞ്ചത്തിൽ കാണുന്ന കാഴ്ചകളെല്ലാം മിഥ്യ ധാരണയാണ്. വായിക്കുന്ന കഥാസന്ദർഭങ്ങൾ അവന് ചുറ്റിലും അരങ്ങേറുന്നത് പോലെ തോന്നി. നേർക്കാഴ്ചകൾ പോലെ.

മഹാമാന്ത്രികൻ ധനഞ്ജയൻ. ചെമ്പിച്ച മുടിയിഴകൾ, ഇടതൂർന്ന താടി, കഴുത്തിലും ബലിഷ്ഠമായ കൈകളിലും ജപമാലകൾ. നെറ്റിനിലും ശരീരഭാഗങ്ങളിലും വിഭൂതിയുടെ നേർത്ത ഛായാചിത്രം. ഉറച്ച ശരീരം. സാത്വികകർമ്മങ്ങൾ ദിനചര്യയായി കഴിച്ചുകൂടുന്ന അയാൾ തീർത്തും രുദ്രദേവന്റെ അനുയായി തന്നെ.

ചിത്രമെഴുത്തിലും, സംസ്കൃതശ്ലോകങ്ങളിലും, കാവ്യങ്ങളിലും ഏറെ കമ്പമുള്ള വ്യക്തിയായിരുന്നു അദ്ദേഹം. നമ്മുടെ ഭാഷയിൽ പറഞ്ഞാൽ തലക്ക് നൊസ്സ് പിടിച്ച ഒരു മനുഷ്യൻ എന്നുതന്നെ പറയാം. അദ്ദേഹത്തിന്റെ ജീവിതമാർഗ്ഗരേഖ വരച്ചുകാണിക്കുന്ന ഒന്നാണ് ഈ ഗ്രന്ഥം. വിഷ്ണുശർമ്മ ഗ്രന്ഥം അടച്ചു. ഇതിന്റെ നിജസ്ഥിതി അറിഞ്ഞിട്ടാകാം ബാക്കി.

അവൻ ഗ്രന്ഥം കൂട്ടി കെട്ടി. മേശവലിപ്പിലേക്ക് വെച്ചു കട്ടിലിൽ വന്നു കിടന്നു. രാത്രിയ്ക്ക് നിലാവിന്റെ നേർത്ത ഛായാമുഖമാണ്. അവൻ ജാലകത്തിലൂടെ ബാഹ്യക്കാഴ്ചകൾ നോക്കിക്കിടന്നു. ഒരു ചുമരിനപ്പുറത്തെ കാഴ്ചകൾ എളുപ്പത്തിൽ സാധ്യമാകുന്നതിനല്ലേ ഭവനനിർമ്മാണത്തിൽ ആദ്യം മുതൽ ജനലുകളുടെ സ്ഥാപനം. ക

ണ്ണുകൾ പതിയെ നിദ്രയിലേക്ക് ചേർത്തടച്ചു. നിലാവ് മാഞ്ഞു പുലരാനിനി ഏറെയുണ്ട്.

....

ഉറക്കമുണർന്ന വിഷ്ണു മുറിവിട്ട് പുറത്തേക്ക് വന്നു. പൂമുഖത്തിണ്ണയിലിരുന്ന് നാലുംകൂട്ടി മുറുക്കുന്ന മുത്തശ്ശി. എൺപതിലേറെ പ്രായമുണ്ട്. കാതിന് തുളവീണ് താഴേക്ക് നീണ്ടിരിക്കുന്നു. ചായം തേച്ചത് പോലുള്ള അധരങ്ങൾ. വെളുത്ത നേർത്ത കൈത്തറി സാരിയാണ് വേഷം.

"മോൻ എഴുന്നേറ്റോ. ഇന്നലെ അർദ്ധരാത്രിയിലാണല്ലേ വന്നുകയറിയത്. എന്തിനാ മോനെ നീ ആ പാവത്തിനെ വേദനിപ്പിക്കുന്നെ'.

"മുത്തശ്ശി എനിക്ക് മനസ്സിലായില്ല."

"നിന്റെ അമ്മയെ തന്നെ. ഇന്നലെ ഉറക്കമൊഴിച്ച് നിന്നെ കാത്തിരിക്കായിരുന്നു'.

അവൻ മുത്തശ്ശിയുടെ അരികത്തിരുന്നു, എന്തോ ചോദിക്കാൻ എന്നോണം. പക്ഷേ ചോദിക്കുന്നതിന് മുൻപ് അവൻ ഒന്ന് ഇരുത്തി ചിന്തിച്ചു. എന്നിട്ട് ചോദിക്കാൻതന്നെ മനസ്സിൽ നിശ്ചയിച്ചു. മനസ്സിന്റെ പാളികളിൽ കൂട്ടിക്കിഴിച്ചു ഒരു ധാരണയിൽ എത്തി. സംശയങ്ങൾ മുത്തശ്ശി സമക്ഷം ഉണർത്തിച്ചു.

മുത്തശ്ശി ചവച്ചുകൊണ്ടിരുന്ന മുറുക്കാൻ തുപ്പി. കിണ്ടിയിലെ വെള്ളമെടുത്തു വായ കഴുകി, മറുപടിക്കായി തയ്യാറായി അവൻ കാതോർത്തു.

"കേട്ടൊള്ളൂ കുട്ടി. ഇതൊക്കെ പൂർവികർ പറഞ്ഞുകേട്ട അറിവേ ഒള്ളൂ."

മാന്ത്രികൻ ഒരു തറവാടിന്റെ രക്ഷാപുരുഷനാണ്. ആപത്കരമായ ഏതുഘട്ടത്തിലും നമ്മെ അകമഴിഞ്ഞു സഹായിക്കുന്നു. മന്ത്രങ്ങളും തന്ത്രങ്ങളും കൈവള്ളയിലെ രേഖപോലെ ഹൃദസ്ഥമാക്കിയ അവരെ തടുത്തുനിർത്താനുള്ള ശക്തികൾ ഇല്ലെന്ന് തന്നെ പറയാം. സാത്വിക വിധിപ്രകാരമുള്ള ഉപാസനമൂർത്തികൾ ആര് തന്നെയായാലും ക്ഷിപ്രപ്രസാദികളാണ്. അതുപോലെ തന്നെ ക്ഷിപ്രകോപികളും.

മുത്തശ്ശി പറഞ്ഞതൊക്കെ കേട്ടപ്പോൾ അവന്റെ ആകാംക്ഷ നുരഞ്ഞുപൊന്തി. വിഷ്ണു തറവാട്ടിലെ മഹാമാന്ത്രികനെന്ന് ഒരുനിമിഷം ചിന്തിച്ചു.

കുറച്ചു നിമിഷത്തേക്ക് മനസ്സ് മാന്ത്രികനായുള്ള അമാനുഷിക പകർന്നാട്ടമായിരുന്നു.

നിമിഷങ്ങൾ നീണ്ട മതിഭ്രമത്തിനൊടുവിൽ മനസ്സ് സഹജനിലയി

ലേക്ക് മടങ്ങിവന്നപ്പോൾ

"എന്നിട്ട് പറഞ്ഞുവന്നത് പൂർത്തിയാക്ക് മുത്തശ്ശി."

മാന്ത്രികനെക്കുറിച്ചുള്ള യാഥാർഥ്യ വിശദീകരണം മുത്തശ്ശി അവസാനിപ്പിച്ചു.

"അതിൽ കൂടുതലായി എനിക്ക് വേറെ ഒന്നും അറിയില്ല കുട്ടി'.

അവൻ എഴുന്നേറ്റ് മുറിയിലേക്ക് നടന്നു. അപൂർണ്ണമായ ആ ഗ്രന്ഥം തുറന്ന് വായിച്ചതിൽ പിന്നെ അപകടഭീതിയാണ് മനസ്സിൽ.

മുറിയിലെത്തി മേശവലിപ്പിൽ നിന്നും ഗ്രന്ഥമെടുത്തു ആദ്യതാളുകൾ മറിച്ചു.

അരനൂറ്റാണ്ടുകൾക്ക് മുൻപ് ജലഗന്ധമന. അന്തിമയങ്ങിയ കതിരവന്റെ അസാന്നിധ്യത്തിൽ മനയിൽ അന്ധകാരം നിറഞ്ഞു നില്ക്കുന്നു.

ആ കൂരിരുട്ടിലും കാവിലെ കൽവിളക്കുകളിൽ അഗ്നിനാളങ്ങൾ തെളിഞ്ഞുനിന്നു. പെട്ടെന്ന് മനയുടെ മുകളിൽ ഉരുണ്ടുകൂടിയ കാർമേഘങ്ങൾ വർഷിച്ചു. മഴയിൽ ഓലക്കുട ചൂടിയ ഒരാൾ മനലക്ഷ്യമാക്കി ഓടിക്കിതച്ചെത്തി. കയ്യിലുണ്ടായിരുന്ന ചൂട്ട്കെട്ട് മഴയിൽ കുതിർന്നിരുന്നു. കാര്യസ്ഥൻ സുകുമാരൻനായർ നിന്ന് വിറച്ചു..

"അങ്ങുന്നേ ഒന്ന് ഇത്രേടം വരെ വരിക."

സുകുമാരൻ നിന്നനിൽപ്പിൽ കിതച്ചുകൊണ്ടിരുന്നു. ശരീരത്തിൽ നിന്നും വെള്ളം ഈറനായി ഒലിച്ചിറങ്ങി.

അകത്തുനിന്നും കയ്യിൽ റാന്തലുമായി പൂമുഖത്തുവന്ന ഗൗരിയമ്മ

"എന്താ സുകുമാരാ. ധനഞ്ജയൻ ധ്യാനത്തിലാണ്. നീ കോലായിലേക്ക് കേറി ഇരിക്ക. ഭയന്ന മട്ടുണ്ടല്ലോ. കണ്ണുകളിൽ ഭയം ഇപ്പോഴും പ്രതിഫലിക്കുന്നു."

"അത് തമ്പ്രാട്ടി. യക്ഷിക്കാവിനടുത്ത് ഒരു രൂപം മിന്നിമറഞ്ഞു. ഞാൻ എന്റെ കണ്ണുകൊണ്ട് കണ്ടത് തന്നെ."

"ഭയപ്പെടാതിരിക്കൂ. ഇന്ന് വെള്ളിയാഴ്ച്ചയും, വാവും അങ്ങനെ ഒക്കെ കണ്ടില്ലെങ്കിലേ അതിശയം. പോയി കിടന്നോളൂ ഞാൻ അവനോട് അവതരിപ്പിക്കാം."

ഗൗരിയമ്മയുടെ വാക്കുകൾ കേട്ടതും സുകുമാരൻ കോവിലകത്തിന്റെ ഇടനാഴിയിലൂടെ നടന്നു മറഞ്ഞു. ധ്യാനം കഴിഞ്ഞെഴുന്നേറ്റ ധനഞ്ജയൻ ഊട്ടുപുരയിലെത്തി. ഗൗരി അന്തർജനം ഭക്ഷണം വിളമ്പി.

"ധനഞ്ജയാ യക്ഷിക്കാവിലെ ഏഴിലം പാലയിൽ ബന്ധിച്ചവൾ സ്വതന്ത്രയായിരിക്കുന്നു എന്നൊരു തോന്നൽ."

അമ്മയുടെ വാക്കുകൾ കേട്ടതും ധനഞ്ജയന് ഒരു കുലുക്കവും ഉണ്ടായിരുന്നില്ല. അവൻ ഒന്നിരുത്തി ചിരിച്ചു. എന്നിട്ട് അമ്മയുടെ വാക്കുകൾക്കുള്ള മറുപടി എന്നോണം പറഞ്ഞു.

"ശുഭസ്യ ശീഘ്രം എന്നാണല്ലോ. അവളുടെ അന്ത്യം അടുത്തിരിക്കുന്നു. ദേശത്ത് അക്രമം വർദ്ധിച്ചിരിക്കുന്ന ഈ അവസ്ഥയിൽ ഭയപ്പെടാനൊന്നും ഇല്ലമ്മേ. നമ്മുടെ പിതൃക്കൾ ഒരുമാർഗം നിർദ്ദേശിക്കാതിരിക്കില്ല."

ഊട്ടുപുരയിൽനിന്നും അറയിലേക്ക് മടങ്ങിയ ധനഞ്ജയൻ തന്റെ രക്ഷകെട്ടിയ മയൂരമുഖി കങ്കണം എടുത്തണിഞ്ഞു. അറയിലെ മങ്ങിയ പ്രകാശത്തിലിരുന്ന് ശ്ലോകങ്ങൾ ഹൃദിസ്ഥമാക്കി. ഗൗരിയമ്മ മയങ്ങുന്ന നിമിഷത്തിനായി ഉറക്കമൊഴിച്ചു കാത്തിരുന്നു. അമ്മ ഉറങ്ങിയെന്ന് ഉറപ്പ് വരുത്തി കതക് ചേർത്തടച്ചു. റാന്തലെടുത്ത് യക്ഷിക്കാവ് ലക്ഷ്യമാക്കി നടന്നു.

സ്വയം അപകടത്തിലേക്ക് കാലെടുത്തു വെച്ചിരിക്കുകയാണ് ഉണ്ണീ നീ. അമിതാവേശം അത്യാപത്ത് വിളിച്ചുവരുത്തും എന്ന് മനസ്സിലിരുന്ന് പൂർവികർ ഓർമ്മപ്പെടുത്തി.

രണ്ട് നാഴിക കൂടി കടന്നാൽ അർദ്ധരാത്രിയോടടുക്കും. മഴപെയ്തു തോർന്ന അന്തരീക്ഷം ചിലയിടങ്ങളിൽ തങ്ങിനിൽക്കുന്നു. വഴിയോരം അന്ധകാരം പരവതാനി വിരിച്ചിരിക്കുന്നു. കാവിലെത്തിയ ധനഞ്ജയൻ ചുറ്റുപാടും വീക്ഷിച്ചു. പാലപ്പൂവിന്റെ പരിമളംകൊണ്ട് നിശബ്ദമായ അന്തരീക്ഷത്തിൽ രക്തഗന്ധം കൂടി കലർന്നൊഴുകുന്നു. പാലമരം അധീനതയിലാക്കിയ കടവവ്വാലുകൾ തലകീഴായ് തൂങ്ങിക്കിടന്ന് രക്തനിറമുള്ള മിഴികൾ ഊന്നി.

ഭയത്തേക്കാൾ ഭയപ്പെടുത്തുന്നതായി ഒന്നുംതന്നെ ഇല്ല. എല്ലാം മനസ്സ് പകർന്നാടുന്ന മിഥ്യാധാരണകൾ മാത്രം. ധനഞ്ജയന്റെ മനസ്സിലെ ആത്മഗതം പുറത്തുവന്നു. തന്റേതല്ലാത്ത കാരണത്താൽ അകാലമൃത്യു വരിച്ച അബലയായ സ്ത്രീയുടെ പ്രതികാരത്തിന്റെ മുദ്രകൾ ദേശത്ത് അങ്ങിങ്ങായി കാണപ്പെടുന്നു. ധനഞ്ജയന്റെ തപശക്തികൾക്ക് മുൻപിൽ അവൾ തീർത്തും അദൃശ്യയായിരുന്നു. ആ കാവും പരിസരവും തീർത്തും അവളുടെ സ്വകാര്യതയാണ്. ആ ഇടത്തേക്ക് കടന്നുചെന്ന ധനഞ്ജയനെ ഭയപ്പെടുത്താനുള്ള ശ്രമം അവൾ തുടർന്നു.

അദൃശ്യതയിൽനിന്നും പ്രത്യക്ഷയിലേക്ക് മിന്നിമറയുന്ന കാഴ്ച ഒരുമിന്നായം പോലെ ധനഞ്ജയൻ കണ്ടു. മുഖം വ്യക്തമല്ല. അഴിഞ്ഞുകിടക്കുന്ന മുടിയിഴകൾ കാറ്റിൽ പറന്നുയർന്നു. ആ നിമിഷം പാലമരത്തിൽ തൂങ്ങിക്കിടന്ന ഒരുപറ്റം വവ്വാലുകൾ ചിറകടിച്ചു പറന്നുയർന്നു.

മറഞ്ഞിരുന്ന് അധർമ്മം പ്രവർത്തിക്കാതെ മുൻപിലേക്ക് കടന്നു വരൂ.

രോഷം കൊണ്ട് അവൻ ശബ്ദമുയർത്തി. കൈനീട്ടിപിടിച്ചുകൊണ്ട് പലയാവർത്തി മന്ത്രങ്ങൾ ഉച്ചരിച്ചു. അദൃശ്യത നീക്കി മങ്ങിയ രൂപസദൃശ്യത്തോടെ അവൾ പ്രത്യക്ഷയായി. ധനഞ്ജയനെ ഒന്നിരുത്തി നോക്കി. കാലം കരുതിവെച്ച പ്രതികാരത്തിന്റെ ചുവടുകൾ ഊട്ടിയുറപ്പിച്ചുകൊണ്ട് അവൾ ആഞ്ഞടിച്ചു.

ധനഞ്ജയൻ കുറച്ചുദൂരത്തേക്ക് ചെന്ന് നിലംപൊത്തി. ദേഹത്ത് പറ്റിയ മണൽതരികൾ തട്ടി. തന്നിൽ സജീവമായിരുന്ന പൗരുഷം സടകുടഞ്ഞെഴുന്നേറ്റു.

"ഉണ്ണീ അമിതാവേശം അത്യാപത്ത് വിളിച്ചുവരുത്തും. മടങ്ങിപ്പോകൂ ഈ ക്ഷണം തന്നെ". അശരീരി വാക്യം പോലെ അരുളപ്പാടുണ്ടായി. ധനഞ്ജയനുള്ള മുന്നറിയിപ്പുമായി പിതൃക്കൾ എപ്പോഴും അദൃശ്യതയിൽ നിഴൽപോൽ മറഞ്ഞിരിക്കുന്നു. ധനഞ്ജയൻ പൂർവികരുടെ വാക്കുകൾക്ക് അടിമയായിരുന്നു. കാര്യകാര്യങ്ങളെക്കുറിച്ച് മറുത്തൊന്ന് ചിന്തിക്കാനോ പ്രവർത്തിക്കാനോ മുതിരില്ല മനയിലുള്ളവർ. ധനഞ്ജയന്റെ പരിശ്രമങ്ങൾക്ക് കടിഞ്ഞാൺ ഇട്ടു. മനയിലേക്ക് പിന്തിരിഞ്ഞു നടന്നു. പെട്ടെന്ന് ആരോ സമീപത്തേക്ക് വരുന്നുണ്ട് എന്ന് മനസ്സിലാക്കിയ വിഷ്ണുശർമ്മ ഗ്രന്ഥവായന നിർത്തി.

മദ്ധ്യാഹ്നത്തിൽ വരാന്തയിൽ വരച്ചിട്ടതുപോലൊരു നിഴൽചിത്രം അടുത്തുവരും തോറും അതിന്റെ വലുപ്പം കൂടുന്നതായി തോന്നി.

"കണ്ണാ മുറിയിൽ തന്നെ ചടഞ്ഞുകൂടി ഇരിക്കാതെ തൊടിയിലേക്ക് ചെല്ലൂ. അവിടെ നമ്മുടെ താഴത്തെ നിലത്തു വിളവ് നടക്കുന്നുണ്ട്. നീ കൂടി ചെന്നാൽ അച്ഛനത് ഒരു സഹായമാകും".

അമ്മ പറഞ്ഞതെല്ലാം അക്ഷരംപ്രതി വിഷ്ണു കേട്ടു. അമ്മയുടെ ദൃഷ്ടികളിൽ നിന്നും ആ ഗ്രന്ഥം അവൻ മറച്ചുവെച്ചു. പക്ഷെ മുറി വിട്ട് പുറത്തു പോകുന്നതിന് മുൻപ് ഗ്രന്ഥം തുണിയിൽ പൊതിഞ്ഞു കെട്ടി മേശവലിപ്പിലേക്ക് ഇട്ടു. തിടുക്കത്തിൽ ഗ്രന്ഥം കൂട്ടിക്കെട്ടിയ വെപ്രാളത്തിൽ നാരായം താഴേക്ക് തെറിച്ചുവീണതറിയാതെ അവൻ

മുറിവിട്ട് പുറത്തേക്ക് നടന്നു.

ജലാശയത്തിൽ വീണുകിടക്കുന്ന ഛായാചിത്രങ്ങൾ ഓളങ്ങൾ പുളഞ്ഞമാത്രയിൽ ഛിന്നഭിന്നമായി. ആ നിഴൽചിത്രങ്ങൾ നിലയില്ലാകയത്തിൽ മുങ്ങിതാഴ്ന്നു. വിഷ്ണു തൊടിയിലെത്തി ഒരു ചെറുപൂരത്തിനുള്ള ആളുണ്ട് അവിടെ. കൊയ്ത്തും മെതിയുമായി ശബ്ദകോലാഹലം. വിഷ്ണുശർമ്മയെ കണ്ടതും പലരും മുഖത്തു നോക്കിചിരിക്കുന്നുണ്ട്. അവനും തിരിച്ചങ്ങു പുഞ്ചിരിച്ചു കാണിച്ചു.

സന്ധ്യയോട് അടുക്കുന്നത് വരെ നീണ്ടുനിന്ന കൊയ്ത്തുത്സവം സമാപ്തിയോടു അടുത്തു.മടങ്ങിയെത്തിയ വിഷ്ണു ദേഹശുദ്ധിവരുത്തി അത്താഴം കഴിച്ചു.

“കണ്ണാ ഒന്ന് നിൽക്കൂ. മുറി വെടുപ്പാക്കിയപ്പോൾ താഴെനിന്നും കിട്ടിയ നാരായം മേശപ്പുറത്ത് എടുത്തു വെച്ചിട്ടുണ്ട്”. അമ്മ പറഞ്ഞുവന്നത് മുഴുമിപ്പിക്കുന്നതിന് മുൻപേ അവൻ മുറിയിലേക്ക് ഓടി. വെപ്രാളത്തിൽ മുറിയിലേക്ക് ഓടിക്കയറി കതകടച്ചു. ശ്വാസം അഴിച്ചുവിട്ടു മേശയിലേക്ക് പാളി നോക്കി. അമ്മയുടെ ചോദ്യങ്ങളിൽ നിന്നും പലതും മറക്കാനുള്ള ഒരു ഒളിച്ചോട്ടമായിരുന്നു അത്.

പക്ഷേ ഇതേ സമയം രാഗിണി അകത്തളത്തിലിരുന്ന് ഗാഢമായ ചിന്തയിലായിരുന്നു. വിഷ്ണുവിന്റെ മുറിയിലേക്ക് കടന്നുചെന്നപ്പോൾ തനിക്കുണ്ടായ അനുഭവത്തെ ഓർത്തു.

മുറിയുടെ അകത്തു പ്രവേശിച്ചു കഴിഞ്ഞപ്പോൾ മുറിയുടെ കതകുകൾ പരസ്പരം കൊട്ടിയടഞ്ഞു.

രാഗിണി ഒന്ന് ഭയന്നെങ്കിലും മുറിയിലൂടെ കണ്ണുകൾ ഓടിച്ചു ഞൊടിയിടയിൽ തന്നെ താഴെ വീണുകിടക്കുന്ന നാരായം ശ്രദ്ധയിൽപ്പെട്ടു. അടുത്ത് ചെന്ന് അതെടുത്തു തിരിച്ചും മറിച്ചും നോക്കി ഇതേസമയം മേശയിൽ നിന്നും തടിയിൽ തട്ടുന്ന ശബ്ദം ശ്രവിച്ചു. പതിയെ മേശയുടെ അടുത്തേക്ക് സമീപിച്ചു. മേശവലിപ്പ് തുറന്നു. ശ്വാസംപിടിച്ചു വീർപ്പുമുട്ടി കഴിഞ്ഞ ഒരു പൂച്ച ശബ്ദമുണ്ടാക്കി പുറത്തേക്ക് ചാടി. പെട്ടെന്ന് പുറകിലേക്ക് മാറിയ രാഗിണിയുടെ മിഴികൾ തുണിയിൽ പൊതിഞ്ഞ ഗ്രന്ഥകെട്ടിൽ പതിച്ചു. ഗ്രന്ഥത്തിന്റെ ബന്ധനമഴിച്ചു തുറന്നു വായിച്ചു.

“ഭയാത്പ്രതി ഭയം കർത്തും അന്യത് കിമപി നാസ്തി. സർവ്വം മനോഹ: മിഥ്യാ ധാരണാതി.”

രണ്ട്

ഗ്രന്ഥത്തിൽ എഴുതിയിരിക്കുന്ന വാക്കുകൾ ചേർത്തുവായിച്ചു. അതിന് രാഗിണി ഗുരുക്കന്മാരോട് കടപ്പെട്ടിരിക്കുന്നു. പക്ഷെ, അർത്ഥം മനസ്സിലാവണില്ല. കാലം ഒരുപാട് കടന്നുപോയിരിക്കുന്നു ഇതെന്താ ഇപ്പൊ എഴുതിയിരിക്കുന്നെ. രാഗിണി സംശയത്തിന്റെ കെട്ടുകൾ മനസ്സിൽ കയറ്റിവെച്ചു.

പെട്ടെന്ന് മേശവലിപ്പിൽനിന്നും പുറത്തുചാടിയ പൂച്ച മിഴികൾ തുറിച്ചു നോക്കി. ഭയപ്പെടുത്തുന്ന മിഴികളിൽ കനൽക്കട്ടകൾ ചുവക്കുന്നത് പോലെ. രാഗിണി ഗ്രന്ഥം പൊതിഞ്ഞു മേശവലിപ്പിലേക്കിട്ടു. പിന്തിരിഞ്ഞു നടന്നു. സംശയനിവർത്തി തീർക്കാൻ പലയാവർത്തി പൂച്ചയെ നോക്കി. രാഗിണിയുടെ കണ്ണുകളെ കബളിപ്പിച്ചുകൊണ്ട് പൂച്ച അപ്രതക്ഷ്യമായി. തന്റെ നഗ്നനേത്രങ്ങളുടെ പൂർണ്ണിമയിൽ അരങ്ങേറിയ കാഴ്ചകളുടെ സത്യാവസ്ഥ തേടി അവൾ പെട്ടെന്ന് അടഞ്ഞ വാതിൽ തുറന്ന് പുറത്തേക്ക് നടന്നു.

മുറിയിലെ കതകിനോട് ചേർന്ന്നിന്നിരുന്ന വിഷ്ണുവിന്റെ ദ്രുതഗതിയിലുള്ള ശ്വാസഗതി കുറഞ്ഞു. മിഴികളടച്ചു ചിന്തകളെ പുനർവിചിന്തനം ചെയ്തു. അന്ധകാരം കീഴ്പ്പെടുത്തിയ മുറിയിൽ അരണ്ട വെളിച്ചം പുനസ്ഥാപിച്ചു.

വിഷ്ണു ആ ഗ്രന്ഥത്തിലേക്ക് കൂടുതൽ അടുത്തു. ഓരോ താളും വായിക്കുമ്പോൾ അടുത്തത് എന്തെന്ന് അറിയാനുള്ള ആവേശം അധികം. അതുപോലൊരു ലഹരിപോല അദൃശ്യം അവനിൽ ആകാംക്ഷ നിറച്ചു. വായിച്ചു നിർത്തിയ ഏടിൽ നിന്നും വായന തുടർന്നു. അവൻപോലും അറിയാതെ അവനോടൊപ്പം ഒരാൾ കൂടി ഉണ്ടായിരുന്നു ആ മുറിയിൽ. മേശവലിപ്പിൽ നിന്നും പുറത്തുചാടിയ പൂച്ചയും.

പാതിരാവിന്റെ മറവിൽ മനയിലേക്ക് തിരികെ മടങ്ങിയെത്തിയ ധനഞ്ജയൻ കോലായിലേക്ക് കയറി. റാന്തൽ വെട്ടത്തിലും അവന്റെ മുഖ

ത്തിന്റെ ഭയം പ്രതിഫലിപ്പിച്ചു. താൻ സ്വയം എടുത്തുവെച്ച നീക്കങ്ങളെ കുറിച്ച് ഗാഢമായി ചിന്തിച്ചു. മച്ചകത്തമ്മയെ മനസ്സിൽ ധ്യാനിച്ചു. പെട്ടെന്ന് എഴുന്നേറ്റ് മുറിയിലേക്ക് നടന്നശേഷം ഗ്രന്ഥക്കെട്ട് എടുത്തു അതിൽ കുറിച്ചു.

'അദൃശ്യം.'

അതിനിടയിൽ രാത്രിയുടെ ചില്ലകളിൽ കണ്ടുമറഞ്ഞ നേർക്കാഴ്ചകളും എഴുതി ചേർത്തു. അറയുടെ പുറത്തുകേൾക്കുന്ന മാർജ്ജാര ശബ്ദം അവനെ തന്റെ കൃത്യനിർവഹണത്തെ നിശ്ചലമാക്കി. നാരായംകൊണ്ട് ഗ്രന്ഥം കെട്ടി റാന്തലെടുത്ത് പുറത്തേക്ക് നടന്നു. ശൂന്യമായ വരാന്തയിൽ തെളിയുന്ന പൂച്ചയുടെ കാൽപ്പാടുകൾ പിന്തുടർന്നു. ഓരോ അടിയെടുത്തു വെയ്ക്കുംതോറും വരാന്തയിൽ പതിഞ്ഞ മുദ്രകൾ മറഞ്ഞു പോകുന്നു.

കുറച്ചുനേരം പിന്തുടർന്ന പാദമുദ്രകൾ കിഴക്കിനിടയിൽ എത്തിയതും പെട്ടെന്ന് അദൃശ്യമായി. ധനഞ്ജയന്റെ മനസ്സിൽ സംശയങ്ങളുടെ സംഹാരതാണ്ഡവം ആരംഭിച്ചു.

'അദൃശ്യശക്തിനാം ആതുനാതന കാലേ യക്ഷീനാം രക്ഷസാനാംച
കാര്യം സത്യം വാ മിഥ്യാ വാ?'

ഗ്രന്ഥം പൊതിഞ്ഞു കെട്ടി കട്ടിലിൽ വന്നു ശയിച്ച ധനഞ്ജയൻ പതിയെ നിദ്രയിലേക്ക് വഴുതിവീണു. റാന്തൽ വിളക്കിന്റെ തിരി താഴ്ന്നു. മുറിയിൽ നേർത്ത വെളിച്ചത്തിന്റെ പ്രഭ ഒരു പാടപോലെ നിറഞ്ഞുനിന്നു.

പിറ്റേന്ന് പുലർച്ചെ വിഷ്ണു യാത്രയ്ക്കു തയ്യാറെടുത്തു. ഗ്രന്ഥവും നാരായവും ബാഗിനുള്ളിൽ ഭദ്രമായി എടുത്തുവെച്ചു. നാഴികകൾ കടന്നു പോയി. മനയിലേക്ക് കയറി ചെന്ന വിഷ്ണു പൂമുഖത്തിന് അഭിമുഖമായിട്ടിരിക്കുന്ന കസേരയിലിരുന്നു. ഒരുനിമിഷം ഗ്രന്ഥത്തിൽ ആലേഖനം ചെയ്തിരിക്കുന്ന വസ്തുതകൾ മനസ്സിലിട്ട് സൂക്ഷ്മമായി പരിശോധിച്ചു. പെട്ടെന്ന് അവന്റെ കർണ്ണങ്ങളെ തുളക്കുംവിധം ഒരു അലർച്ചയുണ്ടായി.

ഏതു ദിക്കിനെ ഭേദിച്ചുകൊണ്ടാണ് ആ ശബ്ദം പാഞ്ഞടുത്തതെന്ന് തീർപ്പാകുന്നതിന് മുൻപ് തന്നെ അവൻ പുറത്തേക്കിറങ്ങി ഓടി. പായൽ വിരിച്ച കുളപ്പടവിൽ ചിതറി കിടക്കുന്ന ഓട്ടുകിണ്ണവും എണ്ണയും അവന്റെ ദൃഷ്ടികളിൽ പതിച്ചു. ജലത്തിനടിയിൽനിന്നും നീർക്കുമിളകൾ ഉപരിതലത്തിൽ വന്നു ഛിന്നഭിന്നമായി. 'അടച്ചിട്ടിരിക്കുന്ന ഈ മനയുടെ കുളത്തിൽ ആരാ ഇപ്പൊ മുങ്ങിക്കുളിക്കാൻ വരുന്നേ.

ശബ്ദം കേട്ടു എന്നത് സത്യം തന്നെ അതോ എനിക്ക് തോന്നിയതാണോ'.

ആത്മഗതം പറഞ്ഞു കൊണ്ട് അവൻ പിന്തിരിഞ്ഞു നടന്നകന്നതും പെട്ടെന്ന് ജലഗന്ധർവ്വനെ പോലെ ജലാശയത്തിൽ നിന്നൊരാൾ ഉയർന്നു വന്നു. പടവിലേക്ക് കേറി ഈറൻ മാറി. അയാളുടെ മിതഭാഷ ശൈലിയും ശാന്ത സാമീപ്യവും വിഷ്ണുവിൽ ആകാംക്ഷ നിറച്ചു.

ആദ്യമാത്രയിൽ തന്നെ അവന്റെ മനസ്സിൽ സംശയങ്ങൾ ഊരാക്കുടുക്ക് തീർത്തു.

"എനിക്ക് മനസ്സിലായില്ല. ആരാ നിങ്ങൾ. ഇവിടെ സമീപത്തുള്ളതാണോ?" വിഷ്ണുവിന്റെ ചോദ്യങ്ങൾ കേട്ടതും അയാൾ പൊട്ടിച്ചിരിച്ചുകൊണ്ട് മറുപടി പറഞ്ഞു

"ചോദ്യങ്ങൾ അനവധി കയ്യിലുണ്ടെന്ന് തോന്നുന്നു. മനുഷ്യ മനസ്സിൽ ഒരിക്കലും അസ്തമിക്കാത്ത ഒന്നാണ് സംശയം. ചിലരതിന് ഉത്തരം തേടി അലയുന്നു."

അയാൾ കുളത്തിനരികിലൂടെ ഉള്ള ഒരു വഴി കാണിച്ചുകൊണ്ട് പറഞ്ഞു. ഈ വഴിയുടെ ഒടുക്കം ചെന്നെത്തുന്നതാണ് എന്റെ ഇല്ലം. അവിടേക്ക് വരാം.

അവന്റെ ശ്വാസം നേരെ വീണു. ഭയപ്പെടാനൊന്നും ഇല്ല. കാഴ്ചയിൽ ശ്രേഷ്ഠനമ്പൂതിരി തന്നെ. അവൻ അദ്ദേഹത്തെ അനുഗമിച്ചു. ഇല്ലത്തിന്റെ മേൽപ്പുരയിൽ തച്ചൻമ്മാരുടെ ഉളിയുടെ മായാത്ത മുദ്രകളായ കൊത്തുപണികൾ കുറച്ചുനേരം അവനങ്ങനെ നോക്കിനിന്നു.

അകത്തേക്ക് കയറി വരാം. അദ്ദേഹത്തിന്റെ വാക്കുകൾ അനുസരിച്ചുകൊണ്ട് അക്ഷമനായി അകത്തേക്ക് കയറി.

വിഷ്ണുവിന് ഇനിയും സംശയങ്ങളെ നീക്കി മനസ്സിനെ നിയന്ത്രിക്കാൻ കഴിയുന്നില്ല അല്ലേ. അഗ്നിനിമിത്തങ്ങൾ സാക്ഷിയാക്കി ഞാൻ ചില യാഥാർത്ഥ്യങ്ങളിലൂടെ നിന്നിൽ അവബോധമുണ്ടാക്കാം.

പൂജാമുറിയിലെ അഗ്നികുണ്ഡത്തിൽ ഹവിസ് പകർന്നു നൽകികൊണ്ട് ശ്രീഹരി പറഞ്ഞു.

"നിങ്ങളുടെ കൈവശമുള്ള ആ ഗ്രന്ഥം യുഗങ്ങൾക്ക് മുൻപ് അന്നത്തെ മാന്ത്രികനായ ധനഞ്ജയൻ നമ്പൂതിരി രചിച്ചിരിക്കുന്നതാണ്."

അദ്ദേഹത്തിന്റെ അനുഭവങ്ങളും, തനിക്ക് നേരിട്ട ദുരന്തങ്ങളുടെ നേർക്കാഴ്ചയാണ് ആ ഗ്രന്ഥം.

അതിലെ ചില ഏടുകൾ നിനക്ക് ചുറ്റിലും അരങ്ങേറുന്നതെന്ന്

വിശ്വസിക്കുന്നതെല്ലാം മനസ്സിന്റെ വിഭ്രാന്തിയാണ്. നിന്റെ ഇപ്പോഴുള്ള ഹൃദയമിടിപ്പിന്റെ വേഗം എനിക്ക് നന്നേ കേൾക്കാൻ കഴിയുന്നുണ്ട്. പണ്ടുമുതൽ എന്റെ പൂർവ്വികരാണ് മനയിലെ കാലേകൂട്ടിയുള്ള രാശി ചക്രങ്ങൾ അളന്നുകൂട്ടി പ്രവചിച്ചിരുന്നത്. അവരുടെ വംശാവലിയിലെ അവസാനത്തെ കണ്ണിയാണ് ഞാനും. എന്നാൽ ഇപ്പോൾ ഈ മന പുരാവസ്തു വകുപ്പ് ഏറ്റെടുത്തിരിക്കുന്നതോടെ ആ പഴയബന്ധമറ്റു പോയി.

രാശിപ്പലകയിലെ കളങ്ങളിലെ കരുക്കൾ മാറ്റി ശ്രീഹരി ഒന്നിരുത്തി ചിന്തിച്ചു.

അന്ത്യയാമങ്ങളിൽനിന്നും രാത്രിയുടെ യാമങ്ങളിലേക്ക് പ്രകൃതി വ്യതിചലിക്കുന്നതിന് മുൻപ് പഞ്ചാക്ഷരി മന്ത്രം ജപിക്കണം. എങ്കിൽ അസ്വസ്ഥമായ മനസ്സിനെ നിയന്ത്രണ വിധേയമാക്കാൻ ഒരുപരിധി വരെ സാധിക്കും.

ക്ഷണനേരംപോലും പാഴാക്കാതെ ഇപ്പോൾ തന്നെ ആ പരിശ്രമ ങ്ങൾ തുടർന്നുകൊള്ളു. വിഷ്ണു കേട്ടപാതി കേൾക്കാത്ത പാതി എ ഴുന്നേറ്റ് നടന്നു. മനയുടെ പൂമുഖത്തു വന്നിരുന്ന വിഷ്ണു.

“അദ്ദേഹം പറഞ്ഞതെല്ലാം അക്ഷരംപ്രതി സത്യമാണ്. മനസ്സ് എന്റെ നിയന്ത്രണത്തിലല്ല.”

ശ്രീഹരിയുടെ വാക്കുകളാൽ അവൻ മനസ്സിൽ താത്കാലികമായ സാന്ത്വനം സൃഷ്ടിച്ചു. ക്ഷണനേരം കൊണ്ട് പൂമുഖത്തുചമ്രം പടിഞ്ഞി രുന്ന് പഞ്ചാക്ഷരി മന്ത്രം മനസ്സിലുച്ചരിച്ചു.

‘ഓം നമഃശിവായ’.

അവന്റെ മനസ്സ് തിരയടങ്ങിയ സമുദ്രം പോലെ ശാന്തമായി.

നാഴിക ഒരുപാട് കടന്നു പോയിരിക്കുന്നു. ഇനിയിവിടെ തങ്ങിയാൽ അസംഭവ്യമായതെന്തെങ്കിലും നേരിടേണ്ടി വരുമോ എന്ന ഭയമാണ് വിഷ്ണുവിന്. പുറമെ ധൈര്യശാലിയെ പോലെ പ്രകടിപ്പിക്കുമെങ്കി ലും. ഉള്ളിൽ ഭയം ഉപബോധത്തിന്റെ അന്തർധാരയിൽ സജീവമാ ണ്. സന്ധ്യമയങ്ങുന്നതിന് മുൻപേ അവൻ റൂമിലേക്ക് തിരിച്ചു. അൽ പസമയത്തിന് ശേഷം സ്നാനം കഴിഞ്ഞെത്തിയ വിഷ്ണു ഗ്രന്ഥവാ യന തുടർന്നു.

“പത്രാണാം മദ്ധ്യേ ദൃശ്യ മാനാനി ചലമാനാനി ചിത്രാണി ഭീതി പ്രാതായകം വാതാവരണം ധനഞ്ജയ: അന്ധകാരാത് ഭിഭേതി. കഥാ കസ്മിൻ രൂപേ വിപത് നിലീയതിഷ്ഠതി ഇത്യാതി ചിന്താ: തസ്യ മ നസ്സി വർത്തന്തേ.”

(ഇലച്ചാർത്തുകൾക്കുള്ളിലൂടെ മായുന്ന കാഴ്ചകൾ, ഭീതിജനകമായ അന്തരീക്ഷം. ധനഞ്ജയന് ഇരുട്ടിനെ ഭയമാണ്. എപ്പോഴാണ് ഏത് രൂപത്തിലാണ് ആപത്ത് മറഞ്ഞിരിക്കുന്നതെന്ന ചിന്തകളാണ് അവന്.)

അതേ ചിന്തകളിൽ കൂടിയാണ് വിഷ്ണുവിന്റെ മനസ്സും ഗമിക്കുന്നത്.

കാലംമാറിയത് അറിയാതെ ഇപ്പോഴും പഴമയെ പൊടിതട്ടിയെടുക്കുന്നത് എന്തിനെന്ന ചോദ്യം എന്നെ വല്ലാതെ നിരാശനാക്കുന്നു.. ഒരു കാലഘട്ടത്തിൽ എങ്ങും നിറഞ്ഞു നിന്നിരുന്ന സങ്കല്പമായിരുന്നു അദൃശ്യശക്തികൾ. എന്നാൽ ഇന്നിപ്പോൾ അതുപോലുള്ള കഥകൾക്ക് കെട്ടുകഥകൾ എന്ന തരംതാഴ്ന്ന നിലയിലേക്ക് സമൂഹം ചവിട്ടിതാഴ്ത്തിയിരിക്കുന്നു. സ്വയം സങ്കൽപ്പങ്ങളിൽ വിഹരിക്കുന്നത് കൊണ്ടാകാം വിഷ്ണുവിന് പല സമസ്യകൾ അർത്ഥശൂന്യമാണ്. ഒഴിവ് സമയങ്ങളിൽ വിഷ്ണുവിന് എഴുത്തിലും നല്ല കമ്പമാണ്.

ഇതുവരെ എഴുതിയ കഥകൾ പോലും മറ്റെന്തിന്റെയോ പ്രതിച്ഛായയാണെന്ന് പറയേണ്ടിയിരിക്കുന്നു.

ചന്ദ്രികാശൂന്യമായ രാത്രി ഒരു വിനാഴികയോട് അടുക്കുമ്പോൾ അർദ്ധരാത്രിയിലേക്ക് പ്രവേശിക്കും. ബന്ധനത്തിൽനിന്നും സ്വതന്ത്രയായ അദൃശ്യശക്തിയുടെ രൗദ്രത ഇവിടെനിന്നും ആരംഭിക്കുന്നു. ആ നിമിഷം കുറുനരിയുടെ ഓരിയിടൽ അന്തരീക്ഷത്തെ കീറിമുറിച്ചു. സായാഹ്നത്തിന്റെ നിറങ്ങൾ വാനിൽ വാരിവിതറി. ആലിൻചോട് ഭാഗത്തുനിന്നും ഇടുങ്ങിയ വഴിയിലേക്ക് പ്രവേശിച്ച മധുവാര്യർ തിടുക്കത്തിൽ നടന്നു. ത്രിസന്ധ്യകഴിഞ്ഞാൽ വഴികളെല്ലാം ശൂന്യമായിരിക്കും. ഇഴജന്തുക്കളും, സർപ്പങ്ങളും വിഹരിക്കുന്ന വീഥിയിലൂടെയുള്ള യാത്ര ദുർഘടമാണ്. മധുവിന്റെ പതറിയ മനസ്സിൽ തന്നെ ആരോ പിന്തുടരുന്നു എന്നൊരു തോന്നൽ. ആരായിരിക്കും നമ്മെ അനുഗമിക്കുന്നത്. ധൈര്യം ചോർന്നുപോകുന്നതിനു മുൻപ്. അയാൾ തിരിഞ്ഞുനോക്കി മധുവിന്റെ കാഴ്ചകളിലെ ദൃശ്യം ഒരു നിഴൽപോലെ തെളിഞ്ഞു നിൽക്കുന്നു. ആ നിമിഷം മനസ്സിനുള്ളിൽ ഒരായിരം ചോദ്യങ്ങളാണ്.

ഭയം ചലിപ്പിക്കുന്ന അന്തരീക്ഷം സൃഷ്ടിച്ചുകൊണ്ട് ഉടലിൽനിന്നും ഛേദിച്ച ശിരസ്സ് പുതുമണ്ണിൽ കിടന്ന് പുരണ്ടു. ഇനി വല്ല ക്രൂരമൃഗങ്ങൾ. സംശയങ്ങൾ എഴുതാപ്പുറങ്ങളിൽ രചിക്കപ്പെട്ടു. ഭീതിവേദിയിൽനിന്നും തിരിഞ്ഞു നോക്കാതെ മധു മുൻപിലേക്ക് നടന്നു. നട

ന്നകലുമ്പോൾ ചെറുപ്പം മുതൽ കേട്ട കെട്ടുകഥകളിലൂടെയാണ് മന സ്സ് സഞ്ചരിക്കുന്നത്.

നടപ്പിന്റെ വേഗത വർധിച്ചു. രണ്ട് കാതം ദൂരം പിന്നിട്ടാൽ ശ്രീനി ലയത്തിന്റെ പടിപ്പുരകാണാം. ദ്രുതഗതിയിലുള്ള ഓട്ടത്തിൽ കയ്യിൽ കരുതിയിരുന്നതെല്ലാം വഴിയിൽ ചിതറിത്തെറിച്ചു. പ്രാണഭയത്താൽ പലായനം ചെയ്ത മധു ശ്രീനിലയത്തിൽ അഭയം കണ്ടെത്തി.

പാതി ശോഷിച്ച ചന്ദ്രനുള്ള രാത്രിയായിരുന്നു അത്. നക്ഷത്രങ്ങൾ വിശാലമായ ഗഗനത്തിൽ മറഞ്ഞുനിന്ന് ഭൂമിയിലേക്ക് എത്തിനോക്കി. ചീവിടുകളുടെ സ്വരം അന്തരീക്ഷത്തിൽ അരോചകമായി തോന്നി തു ടങ്ങിയിരിക്കുന്നു.

മനസ്സിനുള്ളിൽ ഒരായിരം ചോദ്യങ്ങളാണ്. അതിനുള്ള ഉത്തരമോ ലളിതവും സുലഭവും ആണ്.

എത്രയേറെ ആനന്ദാവസ്ഥയിലൂടെ കടന്നുപോയാലും മനസ്സ് ചില പ്പോഴൊക്കെ പിടിവിട്ടു സഞ്ചരിക്കും. ഇതെല്ലാം ഒരുപക്ഷെ ഏതോ അദൃശ്യശക്തിയുടെ വിക്രിയകൾ തന്നെ.

“മധു എന്താ നീയിരുന്ന് ആലോചിക്കുന്നത്.” പെട്ടെന്നുള്ള ശബ്ദം കേട്ട് മധു തിരിഞ്ഞു നോക്കി. ജിതേന്ദ്രൻ പുറകിലെ ചാരുകസേര യിൽ അമർന്നിരിക്കുന്നു.

“ഏട്ടാ ഇവിടെ എത്തുന്ന വരെ മനസ്സ് കിടന്ന് പിടയ്ക്കായിരുന്നു. നിത്യപൂജ കഴിഞ്ഞു മടങ്ങുമ്പോൾ, ആൽത്തറ വളവിലൊരു ഛേദി ച്ച ശിരസ്സ് കണ്ടു ഞാൻ. ആരാണെന്ന് വ്യക്തമായില്ല.”

മധുവിന്റെ ഇടറിയ സ്വരത്തെ ഭേദിച്ചുകൊണ്ട് ജിതേന്ദ്രന്റെ സ്വരം ഉയർന്നു.

“അതൊരുപക്ഷേ വല്ല കൊട്ടത്തേങ്ങയോ മറ്റോ ആയിരിക്കും. മ നസ്സിലുള്ള ഭയം കൊണ്ട് കാണാത്തത് കണ്ടെന്നും കണ്ടതെല്ലാം യാ ഥാർഥ്യമാണെന്ന് നിന്റെ ഭാവനാ സൃഷ്ടിയിലൂടെ നിന്നെ ബോധ്യപ്പെ ടുത്തുന്നു.

മധു ഒന്നും പറയാതെ അകത്തേക്ക് കയറി പോയി. ആ നിമിഷം ജിതേന്ദ്രന്റെ മനസ്സ് പറഞ്ഞു.

ഇതുപോലെ ഞാൻ എത്ര ഭയന്നിരിക്കുന്നു. എന്നെ ഭയത്തിന്റെ മുൾമുനയിൽ നിർത്തിയത് വെച്ച് നോക്കുമ്പോൾ ഇതൊക്കെ എന്ത്.

ഓർമ്മകൾ മനുഷ്യമനസ്സിൽ നിന്നും ഒരിക്കലും മറഞ്ഞു പോകു കയില്ല. എല്ലാം നേരിട്ടും, അനുഭവിച്ചും പടപ്പൊരുതി ജീവിതം മുന്നി ലേക്ക് നയിക്കേണ്ടത് കർമ്മഫലം. ധനഞ്ജയൻ നമ്പൂതിരി ധ്യാന

ത്തിനൊരുങ്ങി പത്മാസനസ്ഥിതിയിലിരുന്നു. ഇടതുകരം ഇടത്തെ തുടയിലും സ്ഥാനമുറപ്പിച്ചു. വലതുകൈയിൽ രുദ്രാക്ഷങ്ങൾ ഓരോന്നായി തെന്നി നീങ്ങി.

എന്റെ ചിന്താമണ്ഡലത്തിൽ ദുർഘടം പിടിച്ച അവസ്ഥ അരങ്ങേറുമ്പോൾ അങ്ങ് മാർഗ്ഗ നിർദേശങ്ങളുമായി വരാറുള്ളതാണ്. എന്താണ് അവിടത്തെ ദർശനത്തിന് ഇനിയും വിളമ്പം.

അവിടത്തെ രൂപം എന്തുകൊണ്ടാണ് നേത്രങ്ങളിൽ ദൃശ്യമാകാത്തത്. എന്റെ അന്തർനേത്രങ്ങളിൽനിന്നും കാഴ്ചകൾ മറച്ചുപിടിക്കുന്നത് ഏതെങ്കിലും അദൃശ്യശക്തികളാണോ.

പെട്ടെന്ന് കോവിലകത്തെ നടുക്കും രീതിയിൽ അശരീരി മുഴങ്ങി. അദൃശ്യശക്തികളും മനുഷ്യനും തമ്മിൽ ഏറ്റുമുട്ടുമ്പോൾ പ്രകൃതിപോലും നിശ്ചലമാകും. ധനഞ്ജയൻ കണ്ണുകൾ പതിയെ തുറന്നമാത്രയിൽ മുറിയിൽ ഒരു പ്രകാശം വന്നു നിറയുന്നു. അദൃശ്യതയിൽ ഗുരുവിന്റെ സാമീപ്യം അവനടുത്തറിയുന്നു.

ധനഞ്ജയാ ഒരു വ്യാഴവട്ടം കഴിയുമ്പോൾ ബന്ധനം തകർത്ത് അവൾ സ്വതന്ത്രയാകുമെന്ന് അന്നത്തെ മാന്ത്രികൻ വിധി എഴുതിയിരുന്നു.. എന്നാൽ അതിപ്പോൾ സംഭവിച്ചിരിക്കുന്നു. ഇനി അതിന്റെ ക്ഷുദ്രകർമ്മങ്ങൾ പലതും നേരിൽ അരങ്ങേറുന്നതാണ്.

അക്ഷമനായി ഭഗവതിയെ പ്രാർത്ഥന ചെയ്യൂ. വരാനിരിക്കുന്ന വിപത്തുകളുടെ നിഴൽ വീണിരിക്കുന്നു. കലേക്കൂട്ടിയുള്ള മനുഷ്യആയുസ്സിനെ അളന്നുകുറിച്ച നിമിഷത്തിൽ കാലനിയമ പക്ഷി ചിലച്ചാൽ മരണം സുനിശ്ചിതം.

പെട്ടെന്ന് അന്തരീക്ഷം ഏകാഗ്രിതമായി. മുറിയിൽ വന്നു നിറഞ്ഞ പുക മാഞ്ഞുതുടങ്ങി. ധനഞ്ജയൻ നിശബ്ദനും നിശ്ചലനുമായി ഇരുന്നു.

മനസ്സിനുള്ളിൽ ഭ്രമകല്പനകൾക്കനുസൃതമായി രൂപകല്പന ചെയ്ത കഥാമുഹൂർത്തങ്ങളിലൂടെയാണ് നിങ്ങൾ ഓരോരുത്തരും കടന്നു പോകുന്നത്. നിഴൽ ചിത്രകഥയിലെ നായികയുടെ ഗമനാഗമനങ്ങളാണ് ഈ ഗ്രന്ഥത്തിന്റെ സാരാംശം.

സ്വന്തം നിലനിൽപിന് വേണ്ടി ചില സത്യങ്ങൾ മറച്ചു വെക്കാം. പക്ഷെ സത്യം എന്നായാലും ഇരുൾനീക്കി പുറത്തു വരുക തന്നെ ചെയ്യും. ഇരുൾ നീലിച്ചപാതയിലെ ദുരാത്മാവിന്റെ വിക്രിയകളിലേക്ക് സഞ്ചരിക്കുകയാണ് ധനഞ്ജയന്റെ മനസ്സ്.

ലേഖനം ചെയ്തുകൊണ്ടിരിക്കുന്ന ഗ്രന്ഥം ധനഞ്ജയൻ ചേർത്തു

കെട്ടി അറയിലേക്ക് നടന്നു.

ഗൗരി അന്തർജനത്തിന്റെ മനസ്സ് പിടക്കുകയാണ്.

മഹാമാന്ത്രികരുടെ പിന്തുടർച്ചക്കാരനായി നിയോഗിക്കപ്പെട്ട ധനഞ്ജയന്റെ സുരക്ഷ ഉറപ്പ് വരുത്തണം. മനസ്സ് ചഞ്ചലപ്പെടാൻ സാധ്യതയുണ്ട്. ഭഗവതി അമംഗളങ്ങൾ സംഭവിക്കാതിരിക്കട്ടെ.

ഗൗരി അന്തർജനത്തിന്റെ മോഹങ്ങളിൽ കരിനിഴൽ വീഴ്ത്തികൊണ്ട് അവൾ വരുന്നു. അന്തരീക്ഷം ധൂമാവൃതമായി കാർമുകിലുകളെ പിന്തള്ളികൊണ്ട് തിങ്കൾകല പതിയെ ഭൂലോകത്തേക്ക് എത്തിനോക്കി. പാതിവെളിച്ചമുള്ള റാന്തൽ വിളക്ക് തെളിച്ചുകൊണ്ട് ത്രിപുര യക്ഷിക്കാവിനടുത്തേക്ക് നടന്നെത്തി.

ഇത് ഏതാ സ്ഥലം. രാത്രിയിൽ വഴിതെറ്റിയെന്നാ തോന്നുന്നത്. പെട്ടെന്ന് അരയാലിന്റെ ചില്ലകൾ ആടിയുലഞ്ഞു. ധൈര്യം കൈവിടാതെ മുൻപിലേക്ക് അവൾ നടന്നു നീങ്ങിയതും ദൂരെ കാണുന്ന മനയുടെ മതിൽക്കെട്ടിനോട് ചേർന്ന കാവൽമാടത്തിൽ ചിമ്മിനി വിളക്ക് തെളിഞ്ഞു കത്തുന്നുണ്ടായിരുന്നു. പ്രകാശത്തെ ലക്ഷ്യമൂന്നി ത്രിപുര നടന്നു.

കോവിലകത്തിൽ വന്നുകേറിയ ത്രിപുര ഉച്ചത്തിൽ വിളിച്ചു പറഞ്ഞു.

"ആരെങ്കിലും ഒന്ന് ഇവിടേക്ക് വരണേ."

ശബ്ദം ശ്രവിച്ചു പൂമുഖത്തെത്തിയ ഗൗരിയമ്മ അവരെ അടിമുടിയൊന്ന് നോക്കി.

"തമ്പ്രാട്ടി ഇവിടെ അകംപണിക്ക് ഒരാളെ വേണമെന്ന് കാര്യസ്ഥൻ സുകുമാരനദ്ദേഹം പറഞ്ഞു."

"ഉവ്വ് ഞാനാ പറഞ്ഞയച്ചേ. കയ്യിലുള്ളതൊക്കെ എടുത്തു പുന്നാമ്പുറത്തേക്ക് വന്നോളു."

ത്രിപുരയെ കാഴ്ചയിൽ നാൽപതിനോട് അടുത്ത പ്രായം, മലയാളിത്തം തോന്നിപ്പിക്കുന്ന മുഖഭംഗി. പിന്നാമ്പുറത്തെ വാതിൽ തുറന്നു കൊടുത്ത് ഇരുവരും ഇടനാഴിയിലൂടെ നടന്നു.

"നീ ഈ ചായ്പ്പിൽ കിടന്നോ. ഒരു കാര്യം ഓർമ്മയിൽ വെച്ചോള്ളൂ. ത്രിസന്ധ്യ കഴിഞ്ഞാൽ കാവിന്റെ ഭാഗത്തേക്കുള്ള യാത്ര അപകടം വിളിച്ചുവരുത്തും. രാത്രി എന്ത് ശബ്ദം കേട്ടാലും അറക്കകത്ത് തന്നെ ഇരുന്നോളു."

ഗൗരവമേറിയ ചില നഗ്നസത്യങ്ങൾ ഗൗരിയമ്മ ത്രിപുരയിൽ അടിച്ചേല്പിച്ചു. അവൾ ഒന്നും മനസ്സിലാവാത്ത മട്ടിൽ തല കുലുക്കി.

കൈതോലകൾകൊണ്ട് നെയ്ത പായ വിരിച്ച ചായ്പ്പിൽ ചുരുണ്ടുകൂടിയ ത്രിപുര ഇരുട്ടിന്റെ സുരക്ഷിതത്വത്തിൽ തന്നെ കിടന്നുറങ്ങി. ദിനങ്ങൾ കടന്നു പോയി ഇരുൾവീണ മനയുടെ തളത്തിലിരുന്ന് രാമായണം വായിക്കുന്ന ഗൗരിയമ്മ. കൊളുത്തിവെച്ച വിളക്കിന്റെ സാനിദ്ധ്യം മുറിയിൽ പ്രകാശത്തെ പുനസ്ഥാപിച്ചു.

ആദ്യമായി മാന്ത്രികപ്പുരയിൽ കാലെടുത്തു വെച്ച ധനഞ്ജയൻ ഗ്രന്ഥക്കെട്ടുകളുടെ സമക്ഷമുള്ള പീഢത്തിലിരുന്നു. കാലേക്കൂട്ടി പൂർവികർ എഴുതി തിട്ടപ്പെടുത്തിയ മഹാസംഹിത

'മനസ്സ് ഭ്രമിച്ചാൽ കാണുന്ന കാഴ്ചകൾ നിമിഷാർദ്ധങ്ങൾ കൊണ്ട് മാഞ്ഞുപോകും. മാന്ത്രികതാന്ത്രിക ബന്ധനത്തിൽനിന്നും അധിവസിക്കാൻ തറവാട്ട്മാന്ത്രികർ മൺകലശത്തിലടച്ച അദൃശശക്തികൾ സ്വതന്ത്രയായാൽ സർവ്വനാശം. മാന്ത്രികപ്പുരയിൽ തെളിയുന്ന ദൃശ്യങ്ങൾ അന്തർനേത്രങ്ങളിലെ വെളിപ്പെടുത്തലുകളാണെന്ന് മനയുടെ നിഗൂഢ സത്യങ്ങളടങ്ങിയ ഗ്രന്ഥത്തിൽ എഴുതി തിട്ടപ്പെടുത്തിയിരിക്കുന്നു.'

ഗ്രന്ഥത്തിലെഴുതിയിരിക്കുന്ന അക്ഷരങ്ങൾ ശ്രദ്ധാപൂർവം ഹൃദിസ്ഥമാക്കിയ ധനഞ്ജയൻ മുറിയിൽ പരന്നൊഴുകിയ നീലവെളിച്ചത്തിന്റെ ഉറവിടത്തിലേക്ക് എത്തിനോക്കി. കണ്ണാടിയിൽ പൂർവ്വ മഹാമന്ത്രികരുടെ മുഖങ്ങൾ മിന്നിമറഞ്ഞു. ചുവരിൽ കോറിയിട്ട ചിത്രങ്ങളിൽ എന്തോ ആലേഖനം ചെയ്തിരിക്കുന്നു. ധനഞ്ജയൻ ചില ഗ്രന്ഥങ്ങൾ കൈപ്പിടിയിലൊതുക്കി പുറത്തേക്ക് വന്നു.

നാഴിക അർദ്ധരാത്രിയിലേക്ക് പ്രവേശിച്ചു. പാതിചാരിയ ചായ്പ്പിന്റെ കതക് തുറന്ന് പുറത്ത് വന്ന ത്രിപുര എന്തോ മനസ്സിനുള്ളിൽ നിശ്ചയിച്ചിരുന്നു. അവളുടെ ആഗമനം മരണം പതിഞ്ഞിരിക്കുന്നുണ്ടായിരുന്നു. മിഴികൾ ചുവന്നു. ഇരുൾ പാതി നിഴലിച്ച തളത്തിലൂടെ നടന്നു നീങ്ങിയ ത്രിപുര ഗൗരിയമ്മയുടെ അറയെത്തിയതും നിശ്ചലമായി. ശബ്ദമുണ്ടാക്കാതെ മുറിയിൽ പ്രവേശിച്ച ത്രിപുര കൃത്യനിർവഹണത്തിന് തയ്യാറായി അവരറിയാതെ മനസ്സിലുള്ളത് ആത്മഗതമായി പുറത്തുവന്നു.

ചെയ്യുന്നത് അധർമ്മമാണെന്ന് അറിയാം. എങ്കിലും എന്റെ നിയോഗം ഇല്ലത്തമ്മയുടെ മരണം. നിലവിളക്കിന്റെ ദണ്ഡ് ഗൗരിയമ്മയുടെ അടിവയറിൽ കുത്തിയിറക്കി..

ശങ്കരാ... എന്നലറി വിളിച്ചുകൊണ്ട് ഗൗരിയമ്മ കിടന്ന് പിടച്ചു.

മൂന്ന്

ദുർഘടം പിടിച്ച സ്വപ്നങ്ങളിൽ നിന്ന് പെട്ടെന്ന് ഞെട്ടി ഉണർന്ന ഗൗരിയമ്മയുടെ തൊണ്ടയിടറി. ശരീരത്തിന് വല്ലാത്ത കിതപ്പ്. കൃഷ്ണ മണികൾ സ്ഥാനം തെറ്റി ചലിച്ചു. ഗൗരിയമ്മ കയ്യിൽ കത്തിച്ചുപിടിച്ച റാന്തൽ വിളക്കുമായി മുറിയിൽനിന്നും പുറത്തേക്കിറങ്ങി. പിന്നാമ്പുറത്തുള്ള ചായ്പ്പിനടുത്തെത്തിയപ്പോൾ പുറത്തേക്ക് മിഴികൾ പായിച്ചു. കൂരിരുൾ ആവരണം തീർത്ത മനയുടെ അന്തരീക്ഷത്തിൽ ആത്മാവിനെ മുഖാമുഖം കണ്ടു. ദേശത്തു അരക്ഷിതാവസ്ഥ പ്രകടമാക്കുന്ന ദുരാത്മാവിനെ നേരിൽ കണ്ട ഗൗരിയമ്മയുടെ മിഴികളിൽ ഭീതിയുടെ ആർത്തിരമ്പുന്ന സമുദ്രതിരമാലകളടിച്ചു.

ഭഗവതി ചതിച്ചല്ലോ..

പെട്ടെന്ന് ഞെട്ടിയുണർന്ന ത്രിപുര തിടുക്കപ്പെട്ടു ഓടിവന്നു ഗൗരിയമ്മയെ മുറിയിലേക്ക് പിടിച്ചു കൊണ്ട് നടന്നു.

'മനുഷ്യമനസ്സിൽ ഒരിക്കലും അസ്തമിക്കാത്ത ഒന്നാണ് സംശയം. വ്യക്തികളെ തമ്മിൽ വിള്ളൽ ഏല്പിക്കുന്ന വികാരവിക്ഷോഭത്തിന്റെ ആരംഭവും അന്ത്യവും സംശയം തന്നെ.'

ത്രിപുരയെ സംശയത്തിന്റെ നിഴലിൽ നിർത്തിയതിന് ഗൗരിയമ്മയുടെ മനസ്സിൽ അപകർഷതാ ബോധം തളം കെട്ടി നിന്നു..

പക്ഷെ അവൾ മടങ്ങിപ്പോകാൻ തയ്യാറായിരുന്നില്ല. അവളുടെ ലക്ഷ്യം ഇല്ലത്തമ്മയുടെ മൃത്യു. അതിലേക്കുള്ള കരുക്കൾ തന്ത്രപൂർവ്വം നീക്കി അന്നത്തെ രാത്രി ആർത്തിരമ്പുന്ന സമുദ്രംപോലെ പ്രക്ഷുബ്ധമാണ്.

നേരം അർദ്ധരാത്രിയോടടുത്തു. തെക്കേതൊടിയിലെ ആഞ്ഞിലി മരത്തിലിരുന്ന് കാലൻപക്ഷി ചിലച്ചു. ധനഞ്ജയന്റെ ജ്ഞാനദൃഷ്ടികളെ മറച്ചുപിടിച്ചു അറയിൽ പ്രവേശിച്ച ദുരാത്മാവിന്റെ കൈപ്പിടിയിൽ ഉച്ചത്തിൽ ശബ്ദം വെക്കാൻ കഴിയാതെ അവർ അല്പനേരം കിടന്ന് പിടച്ചു. കട്ടിലിന്റെ സമീപത്തിരുന്ന് മയങ്ങുന്ന ത്രിപുരയെ ഉ

ണർത്താതെ അവർ അദൃശ്യരായി. വിധിയെ മാറ്റിമറയ്ക്കാൻ ആർക്കും സാധ്യമല്ല നേരത്തോട് അടുക്കുമ്പോൾ ആപത്ത് അത് നമ്മെ തേടി വരും..

ലക്ഷ്യവിജയം നേടിയതിന്റെ ആത്മസംതൃപ്തിയിൽ ചതിയുടെ ഇരുണ്ടവഴിയിലൂടെ അവർ നടന്നു നീങ്ങി.

ധനുമാസത്തിലെ രാക്കാറ്റിന് വല്ലാത്തൊരു ശീൽക്കാരമുണ്ട്. ഒപ്പം നല്ല കുളിരും. മരവിച്ച ശരീരമായി ത്രിപുര എഴുന്നേറ്റപ്പോൾ ഗൗരിയമ്മയെ കാണുന്നില്ല. കണ്ണുനീർ പൊഴിച്ചു എല്ലായിടത്തും തിരഞ്ഞു. മരണത്തിന്റെ അന്തരീക്ഷത്തിലും രാക്കാറ്റിന് വല്ലാത്ത രൂക്ഷഗന്ധമാണ്.

ദിവസങ്ങൾക്ക് ശേഷം തറവാട് മാന്ത്രികനെന്ന പദവി കേവലം അലങ്കാരം മാത്രമായി അവശേഷിക്കുമ്പോൾ ജന്മം നൽകിയ അമ്മയോടുള്ള കടമ നിറവേറ്റാൻ സാധിക്കാത്തത്തിൽ ധനഞ്ജയന് തന്നോട് തന്നെ വെറുപ്പ് തോന്നി. ഇരുൾ പടരും നേരം വന്നെത്തിയിരിക്കുന്നു. ധനഞ്ജയൻ മാന്ത്രികപ്പുര ലക്ഷ്യമാക്കി നടന്നു. കതക് തുറന്ന് അകത്തേക്ക് പ്രവേശിക്കും നേരം ഭഗവതിയെ മനസ്സാവരിച്ചു. ആളൊഴിഞ്ഞ ആ തറവാട്ടിൽ അവൻ ഏകനാണ്. ഭയം മനസ്സിനെ മാത്രമല്ല ശരീരത്തെയും ബാധിച്ചിരിക്കുന്നു.. ഗൗരിയമ്മയുടെ തിരോധാനം മനയിൽ ശോകമായ അന്തരീക്ഷം സൃഷ്ടിച്ചു. കാലംതെറ്റിയ മഴ തകർത്തങ്ങനെ പെയ്യുകയാണ്... പ്രകൃതിപോലും സാഹചര്യങ്ങളോട് പൊരുത്തപ്പെട്ടു തുടങ്ങിയിരിക്കുന്നു... വേനലും, മഴയും, ശൈത്യവും, എല്ലാം കാലംതെറ്റി പ്രകൃതിയിൽ അരങ്ങേറുമ്പോൾ മറ്റെന്തെങ്കിലും വിപത്തുക്കൾക്ക് വഴിയൊരുക്കുകയാണോ. മാന്ത്രികപ്പുര അടഞ്ഞുകിടക്കാൻ തുടങ്ങിയിട്ട് വർഷങ്ങൾ കടന്ന് പോയിരിക്കുന്നു.

എന്നിൽ നിക്ഷിപ്തമായ അടിവേരുറച്ച ചില ശീലങ്ങളെ എന്നിൽ നിന്നും പിഴുതെറിയണം. നിസ്വാർത്ഥമായ കർമ്മങ്ങളിലൂടെ സിദ്ധികൾ നേടിയെടുക്കണം. അപൂർവ്വഗ്രന്ഥങ്ങളിലെ അത്ഭുതമന്ത്രങ്ങൾ കരസ്ഥമാക്കണം.

കർണ്ണശൂലങ്ങളായ പൂർവ്വികരുടെ വാക്കുകൾ അവൻ ഓർത്തു..

വായനയെ തടസ്സപ്പെടുത്തികൊണ്ട് വിഷ്ണു ഗ്രന്ഥം ചേർത്തുകെട്ടി. മുറിയിൽ നിന്നും പുറത്തേക്ക് പോയി. സംശയങ്ങൾ മനസ്സിൽ കിടന്ന് വീർപ്പുമുട്ടുകയായിരുന്നു.. ഇപ്പോഴും ഈ ആത്മാവ് മനയിൽ ചുറ്റിതിരിയുന്നുണ്ടോ.. അതോ എല്ലാം കെട്ടുകഥകൾ ആയിരിക്കുമോ.

ഇതേ സമയം തമിഴ്നാട് അതിർത്തികടന്ന് ഒരു കാർ മന ലക്ഷ്യ

മാക്കി യാത്രതുടർന്നു. ഇരുവശങ്ങളിലും കരിമ്പനകൾ തിങ്ങിനിറഞ്ഞ പാതയിലൂടെയുള്ള യാത്ര.

വനമെന്നും മിഴികൾക്ക് കാഴ്ചവസന്തമൊരുക്കി അതിഥികളെ വരവേൽക്കുന്നു. പക്ഷെ നിഗൂഢമായ കാനനപാതയിൽ അപകടത്തെ മറച്ചുവെക്കുന്നു..

വഴിവിളക്കുകൾ പലതും പ്രവർത്തനരഹിതമാണ്... ദീർഘദൂരയാത്രയെ മുറിച്ചുകൊണ്ട് പെട്ടെന്നൊരു കൃഷ്ണമൃഗം മുന്നിലേക്ക് ഓടികയറി വന്നു. പരിഭ്രാന്തി പടന്നുകയറിയ ആ മൃഗം ഇരുളിന്റെ മാറിലേക്ക് ഓടിമറഞ്ഞു. മുന്നിലേക്കുള്ള കാഴ്ചകൾ അവ്യക്തമായിരുന്നു. കുറച്ചുകൂടി ദൂരം പിന്നിട്ടപ്പോൾ മിഴികളിൽ പതിച്ച കാഴ്ചകൾ അവനിൽ ഭയം നിറച്ചു. ദേശത്തെ ഒന്നടങ്കം ദുരന്തമുഖത്തിലേക്ക് നയിക്കുന്ന പ്രതിരൂപത്തെ കാറിന്റെ നേർത്തവെട്ടത്തിൽ കണ്ടു..

അടുത്തേക്ക് സമീപിക്കുംതോറും അത് അകന്ന് അകന്ന് പോകുന്നത് പോലെ തോന്നി. പരിചിതമല്ലാത്ത കാഴ്ചകൾ അയാളിൽ ചോദ്യങ്ങളായി കുറിച്ചിട്ടു. ഓടിക്കൊണ്ടിരുന്ന കാർ പെട്ടെന്ന് കുലുക്കത്തോട് കൂടി കിതച്ചുകൊണ്ട് നിന്നു.

വിജനമായ കാട്ടുപാതയിൽ ഒറ്റപ്പെട്ടുപോയ അയാൾ കാറിൽ നിന്നിറങ്ങാതെ ഫോണിൽ വിരലുകൾ ഓടിച്ചു. നാശം പിടിക്കാൻ ഫോണിന്റെ സിഗ്നലും പോയി.

ചുറ്റിലും മിഴികളോടിച്ചു. ഭയമെന്ന രണ്ടക്ഷരം ശരീരത്തിലൂടെ പടർന്നു കയറി. പ്രകൃതി ശാന്തമാണ്. ഉറക്കെ ഒന്ന് നിലവിളിച്ചാൽ ഓടിവരാൻ പോലും അടുത്തെങ്ങും ആരുമില്ല. അവന്റെ കാഴ്ചകളെ മറച്ചു കൊണ്ട് നിഴൽരൂപം കാനനവീഥി മുറിച്ചു കടക്കുന്നു. അവൾക്ക് അകമ്പടി സേവിക്കാനായി ചിറകടിച്ചു പറക്കുന്നു. കൂറ്റൻ കടവവ്വാലുകളും ഇരുളിന്റെ മറവിൽ അപ്രതക്ഷ്യമായി. കുറച്ചു നേരത്തെ പ്രയത്നത്തിനൊടുവിൽ കാർ ഒന്ന് ശബ്ദിച്ചുകൊണ്ട് മുൻപോട്ട് നീങ്ങി.

മഞ്ഞുകണങ്ങൾ കാറിന്റെ ചില്ലിൽ വീണുടഞ്ഞു. മൂടൽമഞ്ഞിന്റെ നേർത്ത ആവരണം പൊതിഞ്ഞുനിൽക്കുന്ന മനയിലേക്ക് കാർ വന്നു നിന്നു.

അതിനുള്ളിൽനിന്നും വലതുകാലെടുത്തു മനയിലുറപ്പിച്ചു. വെള്ളമുണ്ടും കാവിനിറമുള്ള കുർത്തയും ധരിച്ച ഒരാൾ മനയുടെ മുൻപിൽ നിവർന്നുനിന്നു

സെന്തിൽ. ഇടതൂർന്ന കുറ്റിത്താടിയും മീശയും അയ്യാളെ കാഴ്ചയിൽ പൗരുഷത്തിന്റെ പ്രതിരൂപനാക്കി. കയ്യിലും കഴുത്തിലും രുദ്രാ

ക്ഷം സ്വർണ്ണംകെട്ടിയ മാലകൾ. മീശപിരിച്ചുകൊണ്ട് അയാൾ പൂമുഖത്തേക്ക് നടന്നുകയറി കസേരയിൽ അമർന്നിരുന്നു. അരുണോദയത്തിന് മുൻപുള്ള രണ്ടുനാഴികക്ക് ശേഷം ഓഫീസ് സമയം കഴിഞ്ഞ് മനയിലെത്തി വിഷ്ണു ആകസ്മികമായുള്ള കാഴ്ചയ്ക്ക് വേദിയൊരുക്കി മന. വിഷ്ണുവിന് പൂമുഖത്തിരിക്കുന്നയാളെ കണ്ടതും മനസ്സിൽ ജിജ്ഞാസയുടെ തുടികൊട്ടി.

വരണം വിഷ്ണുശർമ്മ. ഈ ഒരു കൂടിക്കാഴ്ച ഞാൻ പ്രതീക്ഷിച്ചിരുന്നു. വിഷ്ണുവിന്റെ മുഖത്ത് പരിഭ്രാന്തി പടർന്നുകയറി.

"സർ ഇവിടെ!"

അതിരുകളില്ലാതെ വിസ്തരിച്ചുകിടക്കുന്ന പൈതൃകസ്വത്തിന്റെ, കാലാന്തരങ്ങൾ എത്ര കടന്നുപോയാലും പ്രൗഢി അസ്തമിക്കാത്ത മനയുടെ ഒരേയൊരു ഉടമ. അദൃശ്യശക്തികൾ സ്വൈര്യവിഹാരം നടത്തുന്നെന്ന് കരുതപ്പെടുന്ന ഈ മനയെ ചരിത്രപശ്ചാത്തല പര്യാപ്തമാംവിധം അടയാളപ്പെടുത്താനുള്ള പരിശ്രമത്തിലാണ് ഞാൻ. ഇതുപോലുള്ള മനകളും, കോവിലകങ്ങളും പഴയ കാലഘട്ടത്തിന്റെ ഓർമ്മപ്പെടുത്തലുകളാണ്..

സാറിന്റെ വാക്കുകൾ ഉചിതം തന്നെ. എങ്കിലും എന്റെ മനസ്സിൽ ചില സംശയങ്ങൾ നിലനിൽക്കുന്നിടത്തോളം എനിക്ക് സ്വസ്ഥമായി ഉറങ്ങാൻ കഴിയുന്നില്ല.. അവൻ പറയാനുള്ളതൊക്കെ ഒരുവിധത്തിൽ പറഞ്ഞൊപ്പിച്ചു..

വിഷ്ണുവിന്റെ വാക്കുകൾ കേട്ടുകഴിഞ്ഞതും സംശയം കൂടാതെ അയാൾ മറുപടിക്ക് തയ്യാറെടുത്തു..

"എന്താ അത്? മടിക്കേണ്ട തുറന്ന് ചോദിച്ചോ."

ഈ മനയിൽ വന്നതിൽ പിന്നെ അസംഭവ്യമായതെന്തെങ്കിലും നേരിടേണ്ടി വരുമോ എന്ന ഭയമാണ് മനസ്സിൽ.

ദുരാത്മാവ് മനയിൽ അരക്ഷിതാവസ്ഥ പ്രകടമാക്കുന്നതിന്റെ പൊരുൾ എന്താണ്. ചുരുളഴിയാത്ത രഹസ്യങ്ങളുടെ നിലവറയാണ് ഈ മന.

വിഷ്ണു!

നേരിൽ അരങ്ങേറുന്ന എല്ലാ സംശയങ്ങൾക്കും ഉള്ള ഉത്തരവും ഇവിടെ തന്നെ മറഞ്ഞുകിടപ്പുണ്ട്. അത് തേടിയാണ് എന്റെ ഈ യാത്ര പോലും.

മനയുടെ ഉള്ളിൽ പ്രവേശിച്ച സെന്തിലിന്റെ മനസ്സിൽ പണ്ട് മുതൽ കേട്ടുപതിഞ്ഞ മനയുടെ രേഖാചിത്രം ഇന്നും മായാതെ കിടപ്പുണ്ട്..

പ്രത്യേക നിർമ്മിതിയുള്ള താക്കോൽപ്പൂട്ടുകളാണ് ഗ്രന്ഥപ്പുരയുടേത്. കുറച്ചു നേരം നീണ്ടുനിന്ന തത്രപ്പാടിൽ മാന്ത്രികപ്പുര തുറക്കാനാകാതെ അവർ കീഴടങ്ങി.

മനയുടെ വാതായനങ്ങൾ തുറന്നു പുറത്തേക്കിറങ്ങിയ വിഷ്ണുവും, സെന്തിലും വരാന്തയിലുള്ള ഊഞ്ഞാലിലേക്കിരുന്നു..

സർ,

അസ്ഥിയും മജ്ജയും ഇല്ലാത്ത ആത്മാവ് അമരത്വമെന്ന ഭ്രാന്തമായ അധിനിവേശംകൊണ്ട് അന്ത്യത്തിൽ നിന്നും ആരംഭം കുറിച്ചത് അസംഭവ്യം.

വിഷ്ണുവിന്റെ വാക്കുകൾക്കൊപ്പം തന്റേതായ ചിലപരാമർശങ്ങൾ സെന്തിൽ കൂട്ടിച്ചേർത്തു.

'കാലത്തിന്റെ ചക്രവ്യൂഹത്തിൽ ദുരാത്മാവ് അവളുടെ ഉടൽച്ചുഴി പക നീറ്റി കാത്തിരിക്കുന്നു. അസംഭവ്യമായതിനെ സംഭവ്യമാക്കുമ്പോഴല്ലേ ജീവിതത്തിൽ എന്തെങ്കിലും നേടുന്നത്..' സെന്തിലെഴുന്നേറ്റ് പുറത്തേക്ക് നടന്നു.

'സന്ധ്യകഴിഞ്ഞാൽ ഈ മന മനുഷ്യവാസയോഗ്യമല്ലന്ന് കേട്ടുകേൾവി. അസ്തമയത്തിന് ശേഷം ആരും ഈ മനയിൽ താമസിക്കാറില്ല. ആ രാത്രി ഇരുട്ടി പുലർന്നാൽ അവരെ മഷിയിട്ടാൽ പോലും കിട്ടില്ല.'

കാലത്തിന്റെ കുത്തൊഴുക്കിൽ അരണ്ട വെളിച്ചങ്ങളുടെ കടന്നുവരവോടെ ആൽത്തറക്കവലയ്ക്ക് രൂപമാറ്റം സംഭവിക്കാൻ സാധിച്ചിട്ടില്ല.. ഇന്നും അത്രേടം വരെ തനിച്ചു യാത്രചെയ്യാൻ ആളുകൾക്ക് ഭയമാണ്. മറ്റൊന്നും കൊണ്ടല്ല ശ്മശാന ഭൂമിയിലൂടെയുള്ള യാത്ര അപകടം വിളിച്ചോതും.. നാട്ടുകാരിൽ നിന്നും മനസ്സിലാക്കിയ സത്യങ്ങൾ അയാൾ ആ നിമിഷം ഓർത്തെടുത്തു.

വിഷ്ണുവിന്റെ മനസ്സിൽ യഥാർത്ഥ്യത്തിന്റെ വെളിച്ചത്തിൽ ചില ചോദ്യങ്ങൾ ഉരുൾക്കൊണ്ടു. മനസ്സിലുള്ളത് വീർപ്പുമുട്ടി പുറത്തുചാടാൻ വെമ്പൽ കൂട്ടി. ചോദ്യങ്ങൾ സെന്തിലിനോട് ചോദിക്കാൻ തയ്യാറെടുത്തു..

"അവിടത്തെ യാത്രയ്ക്ക് വ്യക്തമായ ലക്ഷ്യമുണ്ട്. കാലേക്കൂട്ടി എഴുതി തയ്യാറാക്കിയ തിരക്കഥയുമായാണ് അങ്ങ് മനതേടിയെത്തിയത്. മനയുടെ ഇപ്പോഴത്തെ അവകാശി താങ്കളാണെന്ന് കുറച്ചു നേരം മുൻപ് പറഞ്ഞിരുന്നല്ലോ. എന്താ ഇതിന്റെയൊക്കെ യാഥാർത്ഥ്യം?"

അവന്റെ വാക്കുകൾ മുഴുമിപ്പിക്കുന്നതിന് മുൻപേ സെന്തിൽ മറു

പടി പറഞ്ഞു..

"കാടുകയറി ചിന്തിക്കാൻ ശ്രമിക്കേണ്ട വിഷ്ണു. എല്ലാം തുറന്ന് പറയാം. മനസ്സിൽ അമ്മ പകർന്നു നൽകിയ ഇരുണ്ട ചിത്രമാണ് ഈ മന. സെന്തിൽ മനസ്സിനുള്ളിലെ ഭൂതകാലത്തിന്റെ പടിക്കെട്ടുകൾ ഇറങ്ങി ചെന്നു. മനയിലെ മഹാസിദ്ധികൾ നേടിയ മാന്ത്രികനായിരുന്നു മായാദത്തൻ. അദ്ദേഹത്തിന്റെ വേളി ഗൗരിയമ്മ ഇരട്ടക്കുട്ടികൾക്ക് ജന്മം നൽകി വാത്സല്യത്തോടെ അവർ അവരെ ധനഞ്ജയനും പത്മയും പേർചേർത്തു വിളിച്ചു. പത്മയുടെ ജനനം അതിവിശിഷ്ടമായിരുന്നു. ആയില്യം നക്ഷത്രം. നാഗചൈതന്യമുള്ള പെൺകുട്ടി എന്ന് മനയിലുള്ളവർ അവളെ വാനോളം ഉയർത്തി.. വിധിപ്രകാരം സർപ്പക്കാവിൽ തിരിതെളിയിക്കാനുള്ള അവകാശം ആയില്യം നക്ഷത്രക്കാർക്കാണ്. പ്രപഞ്ച പ്രതീകമായ അരയാൽ വൃക്ഷങ്ങൾ ആത്മീയതയുടെ അനന്തമായ സ്രോതസ്സുകളാണ്. അതിനടിയിൽ പ്രതിഷ്ഠ ചെയ്തിരിക്കുന്ന നാഗങ്ങൾക്ക് ദിനവും വിളക്കുകൾ തെളിയിച്ചുകൊണ്ട് കടമകൾ നിറവേറ്റി. ഒടുവിലൊരുനാൾ രഹസ്യം കാവിലെ ഇരുൾ ഭേദിച്ചു പുറത്തുവന്നു. ജോത്സ്യന്റെ രാശിപ്പലകയിൽ ഗ്രഹനിലകൾ സ്ഥാനഭ്രംശം സംഭവിച്ചു. പത്മയുടെ നക്ഷത്രം ചില നാഴികകളുടെ കടുകിട വ്യത്യാസത്തിൽ കരിആയില്യമായി മാറി.. നക്ഷത്രം മറ്റൊന്നാണ് എന്ന് തിരിച്ചറിഞ്ഞതോടെ മനയിൽ ഉള്ളവർ അവളെ അതിശക്തമായി വെറുത്തു. മന സർപ്പകോപത്തിന് ഇരയാകുമെന്ന് കരുതി അവളെ അറയ്ക്കുള്ളിൽ ബന്ധിയാക്കി...

ആയിടയ്ക്ക് മധുരയിൽ നിന്നും മാന്ത്രിക താന്ത്രിക വിദ്യകൾ കരസ്ഥമാക്കാൻ മനയിലെത്തിയ ആദികേശവൻ മായാദത്തന്റെ ശിഷ്യത്വം സ്വീകരിച്ചു. മനയുടെ പത്തായപ്പുരയിൽ താമസവും ആരംഭിച്ചു. ദിനരാത്രങ്ങൾ പലതും മാറിമറഞ്ഞു.

രാത്രിയിൽ മുകളിലെ അറയിൽ വിളക്ക് എരിയുന്നതും ജനലഴികളിൽ വന്ന് നിലാവിനെ നോക്കിനിൽക്കുന്ന സ്ത്രീരൂപവും അവന്റെ മിഴികളിൽ കൗതുകംനിറച്ചു... അറയുടെ ഉള്ളിൽ ബന്ധിയായ പത്മയെ കണ്ടതും അവന്റെ ഉള്ളിൽ അനുകമ്പ തോന്നി.

മനുഷ്യരാശി നോക്കി പ്രവചനങ്ങൾ തീർപ്പാക്കുന്ന മാന്ത്രികൻ സ്വന്തം മകളുടെ മനസ്സിലുള്ളത് അറിയാൻ ശ്രമിക്കുന്നില്ലല്ലോ. അവന്റെ മനസ്സിലുള്ളത് ആത്മഗതമായി പുറത്തുവന്നു.

അവൻ ആരുമറിയാതെ അവളെ കാണാനും സംസാരിക്കാനും തുടങ്ങി. അവരുടെ നിരന്തരമായ കൂടിക്കാഴ്ച പ്രണയമെന്ന വികാര

ത്തിന് അടിമപ്പെട്ടു. പ്രണയമെന്ന വികാരത്തെ തകർക്കാൻ ലോകത്തിലൊരു മന്ത്രശക്തികൾക്കും കഴിയില്ല. ഇരുട്ടറയിൽ ഏകാന്തതയിൽ നിന്ന് സ്വതന്ത്രയാകാൻ അവൾ ആഗ്രഹിച്ചു. മഹാമാന്ത്രികന്റെ ഉൾക്കാഴ്ചകളെ മറക്കുംവിധം പ്രതിപൂജകൾ ആരംഭിച്ചു. മാന്ത്രികന്റെ കണ്ണിൽ പൊടിയിടുന്ന വിദ്യ. മനയിലുള്ളവർ ഉറങ്ങിയ ആ രാത്രിയിൽ പത്മയെ മോചിപ്പിച്ചു സർപ്പക്കാവിലെത്തി. അവിടെ പത്മ കാവിലെ നാഗത്താന്മാർക്ക് വിളക്കുകൾ തെളിയിച്ചു. ഇരുണ്ടുകിടന്ന അന്തരീക്ഷം പ്രകാശപൂരിതമായി. ഗന്ധർവ്വയാമം നിറഞ്ഞിരുന്നു. ആദികേശവനും പത്മയും ഗാന്ധർവ്വവിവാഹം ചെയ്തു.. ആ രാത്രി ഇരുട്ടി പുലരുന്നതിന് മുൻപ് ഇരുവരും മനയുടെ പടിപ്പുര മറികടന്നു നടന്നു.. അവൾ മനയിലേക്ക് ഈറൻ മിഴികൾ പായിച്ചു.. ആ കൂരിരുളിൽ നിറഞ്ഞു നിൽക്കുന്ന മനയുടെ ഇരുണ്ട ദൃശ്യങ്ങൾ മിഴികളിൽ പകർത്തി.

അവർക്കിടയിലേക്ക് എന്റെ കടന്നുവരവോടെ മനസ്സിനേറ്റ വ്രണപ്പെട്ട മുറിവുകൾ ഒരു പാഴ്ക്കിനാവ് പോലെ മറക്കാൻ ശ്രേമിച്ചു. എന്നെ മനയുടെ ചിട്ടകൾക്കും രീതികൾക്കും വിധേയനായാണ് വളർത്തിയത്.. അമ്മ അന്തർജനം പറയാറുള്ള കഥയിലെ മനയെ നേരിൽ കാണാനുള്ള മോഹം എന്റെ ഉറക്കം കെടുത്തിയ സ്വപ്നമായി മാറി. അധികാര മോഹം കൊണ്ടല്ല എല്ലാം ഒന്ന് കാണാൻ ഒരു ദിവസമെങ്കിലും ഇവിടെ സന്തോഷത്തോടെ ജീവിക്കാൻ."

സെന്തിൽ ഭൂതകാല സ്മൃതികളിൽ നിന്നും പുറത്തു വന്നു.

അന്തരീക്ഷം ഇരുൾപടർന്നു തുടങ്ങിയിരിക്കുന്നു.

"നേരം ഒരുപാടായി നമുക്ക് ഇറങ്ങാം. കുറച്ചു ദിവസം ഞാൻ ഈ നാട്ടിലൊക്കെ തന്നെ ഉണ്ടാവും.."

സെന്തിൽ മനയിൽ നിന്നിറങ്ങി കാറിൽ കയറി. വിഷ്ണുവും അവിടെനിന്ന് യാത്ര തിരിച്ചു.. യാത്രേമദ്ധ്യേ അവനൊരു കാഴ്ചയ്ക്ക് സാക്ഷിയായി. നിർന്നിമേഷമായ കാഴ്ച. ഇത് തീർത്തും മനസ്സിന്റെ വിഭ്രാന്തിയാണ്. സെന്തിൽ സർക്കാർ കോട്ടേഴ്സിൽ നിന്നും കുറച്ചു മാറിയുള്ള ഇരുനിലവീട് വാടകയ്ക്ക് എടുത്തു. മാസം ആറായിരം രൂപയ്ക്ക്. വീട് ഇപ്പോഴും അതേപഴമയുടെ പ്രൗഢി നിലനിർത്തുന്നു. അതായിരുന്നു അവനെ ഏറെ ആകർഷിച്ചത്. ഭൂമിയുടെ വിരിമാറിൽ ഉയർന്നു പൊങ്ങിയിരിക്കുന്ന കെട്ടിടത്തിലെ വരാന്തയെ കീറിമുറിച്ചു കൊണ്ട് അയാൾ മുറിയിലേക്ക് നടന്നു..

അരണ്ടവെളിച്ചം പ്രകാശിക്കുന്ന ബൾബുകൾ ഒന്നടങ്കം അവന്റെ കടന്നുവരവോടെ മിന്നി മിന്നി തെളിയാൻ പരിശ്രമിച്ചു. അസാധാര

ണമായാ അന്തരീക്ഷം സൃഷ്ടിച്ചു. അയാൾ ചുവടുകളൂട്ടി ഉറപ്പിച്ചു മുൻപിലേക്ക് നീങ്ങി. പൊടുന്നനെ ബൾബുകൾ പൊട്ടിത്തെറിച്ചു. ചില്ലുകൾ ചിതറിത്തെറിച്ച വരാന്തയിൽ അയാൾ നിശ്ചലനായി കൈകൾ കൊണ്ട് മുഖം തടുത്തു നിന്നു. ഇരുളിനെ തോൽപ്പിക്കുംവിധം അദൃശ്യതയിൽ അവന് സ്വാഗത സൽക്കാരങ്ങൾക്കുള്ള ഏർപ്പാടുകൾ ചെയ്തു. ഭീതിയുടെ നിഴൽ വീഴ്ത്തിയ അന്തരീക്ഷം മെല്ലെ മറഞ്ഞു. ഏഴിലംപാലകൾ പൂക്കുന്ന യക്ഷിക്കാവ് ഗന്ധമാദനം പോലെയായി..

ഇതേസമയം മുറിയിലെത്തിയ വിഷ്ണുശർമ്മ മേശവലിപ്പിൽ നിന്നും അദൃശ്യമെന്ന താളിയോല കെട്ടെടുത്ത് വെച്ചു. കുറച്ചുനേരം അതിലേക്ക് തന്നെ നോക്കിയിരുന്നു.

നിഗൂഢതകൾ ഏറെയുണ്ട്. അർത്ഥപൂർണ്ണമായ സമസ്യകൾക്ക് ഉള്ള ഉത്തരവും ഈ കൃതിയിൽ തന്നെ ബന്ധനം ചെയ്തുകിടപ്പുണ്ട്. അത് കണ്ടെത്തണം. അടയാളം ചേർത്ത ഏടിൽനിന്നും വീണ്ടും ഗ്രന്ഥവായന തുടർന്നു..

മനസ്സിന്റെ സീമകളിൽ തുടങ്ങി ഭാവനകളിൽ അവസാനിക്കുന്ന ഒന്നാണ് കലാസൃഷ്ടികൾ. അതിനോടൊപ്പം ജീവിതഗന്ധിയായ സുഖദുഃഖങ്ങളുടെ അതിജീവനത്തിന്റെ നാളുകൾ കൂടികലരുമ്പോൾ മിഴിവുറ്റ സൃഷ്ടികൾ പൂർണ്ണതയിലേക്ക് സഞ്ചരിക്കുന്നു.

ഉൾക്കാഴ്ചകൾ ധനഞ്ജയന്റെ ശാന്തമായ മിഴികൾ തുറന്നു. മന്ത്രവടിയുമായി പൂമുഖത്തെ കസേരയിൽ അമർന്നിരിക്കുന്ന അയാൾ ആരുടെയോ വരവിനായി കാത്തുനിന്നു.

പടിപ്പുര മറികടന്നു ഓടിവന്ന സുകുമാരൻ കോലായിൽ നിന്നു പൊട്ടിക്കരഞ്ഞു.. അങ്ങുന്നേ...

വലതുകരമുയർത്തി പറയാൻ വന്ന വാക്കുകൾക്ക് തടയിട്ടു.

നീലവെളിച്ചം വീണുകിടക്കുന്ന വീഥിയിലൂടെ ധനഞ്ജയൻ നടന്നു. തൊട്ടുപുറകെ കാര്യസ്ഥനും. സുകുമാരന്റെ തറവാട് പൂമുഖത്ത് ബോധരഹിതയായി കിടക്കുന്ന വിജയഅന്തർജനം.

പൂമുഖത്തിണ്ണയിലിരുന്ന മാന്ത്രികൻ മിഴികളടച്ചു ധ്യാനിച്ചു. മന്ത്രങ്ങളുടെ അതിശക്തമായ പിന്തുണയിൽ വെള്ളിക്കിണ്ടിയിൽ നിന്നും അൽപ്പം ജലമെടുത്തു അന്തർജനത്തിന്റെ മുഖത്ത് തെളിച്ചു. ഗാഢമായ നിദ്ര വെടിഞ്ഞു ഉണർത്തെഴുന്നേറ്റു..

“ഭയപ്പെടാൻ ഒന്നും ഇല്ല. അൽപനേരം വിശ്രമിക്കൂ.”

കൃത്യനിർവഹണത്തിന്റെ പരമാനന്ദം നേടി തറവാട് വിട്ടിറങ്ങിയ മാന്ത്രികൻ യക്ഷിക്കാവിനടുത്തെത്തി. മുഖത്തെ പുഞ്ചിരിമാഞ്ഞു കോ

പം കൊണ്ട് കത്തിയാളി.

ആ അന്തർജ്ജനത്തെ ഭയപ്പെടുത്തി മരണത്തിലേക്ക് നയിച്ചതിന്റെ പുറകിൽ നിന്റെ കറുത്തകരങ്ങൾ തന്നെയാണെന്ന് സംശയംകൂടാതെ എനിക്ക് പറയാൻ കഴിയും.

“അദൃശ്യത നീക്കി പുറത്ത് വരൂ.” അവന്റെ ശബ്ദം അഷ്ടദിക്കുകളിൽ പ്രതിധ്വനിച്ചു.

അസാധാരണമായ അന്തരീക്ഷം മാനത്തെ ചന്ദ്രക്കല കരിമേഘ പാളികൾക്കുള്ളിൽ ഓടിയൊളിച്ചു. ദേവാംഗന അദൃശ്യതയിൽ നിന്നും പ്രത്യക്ഷതയിലേക്കുള്ള കൺകെട്ട് വിദ്യ പ്രയോഗിച്ചു..

ദുരാത്മാവിനെ നേരിൽ കണ്ടതും പൊടുന്നനെ അവന്റെ ശരീരത്തിലൂടെ ഒരു വിറയൽ പടർന്നു കയറി. ധൈര്യശാലിയായി ഊറ്റം കൊള്ളുമെങ്കിലും, ഭയം അവന്റെ ബലഹീനതയുടെ തോത് വർധിപ്പിച്ചു. മഹാമാന്ത്രികന്റെ മന്ത്രസിദ്ധിയുടെ രഹസ്യം അവന്റെ ബ്രഹ്മചര്യമാണ് അത് നിലനിൽക്കുന്നിടത്തോളം അവനെ തോല്പിക്കാൻ പ്രപഞ്ചശക്തികൾക്കാവില്ല.. ഈ യാഥാർഥ്യം എവിടെയും അടയാളം ചേർത്തിട്ടില്ല ഇപ്പോഴും കേട്ടുകേൾവികൾ മാത്രമെന്ന് ഇന്നത്തെ തലമുറവിശ്വസിക്കുന്നു.

തന്റെ കഴിവിൽ സ്വാർത്ഥനായ ധനഞ്ജയൻ ചിലവാർത്തകൾ മറയില്ലാതെ ശബ്ദമുയർത്തി.

“ഊറ്റം കൊള്ളാതെ നിർത്തു നിന്റെ അട്ടഹാസം. നിന്നെ ഒരിക്കൽ എന്റെ പിതാവ് ബന്ധിച്ചതാണെന്ന് നീ വിസ്മരിക്കരുത്. മനയിൽ ഇന്നും മന്ത്രങ്ങളും തന്ത്രങ്ങളും കൈമോശം വന്നിട്ടില്ല.. എണ്ണിത്തിട്ടപ്പെടുത്താൻ കഴിയാത്ത സിദ്ധികളുടെ ഭണ്ഡാരമാണ് ഇന്നും മന. അതേ മാന്ത്രികൻ തന്നെ വിധിയും എഴുതിയിരുന്നു പന്ത്രണ്ട് വർഷങ്ങൾ കഴിയുമ്പോൾ അവൾ പൂർവ്വാധികം ശക്തിയോടെ സ്വതന്ത്രയാകുമെന്ന്..”

നിശബ്ദമായ അന്തരീക്ഷം തർക്കശാസ്ത്രം കൊണ്ട് ശബ്ദാലയമായി. അഴിഞ്ഞുവീണ മുടിയിഴകൾ കാറ്റിൽ പറന്നുയർന്നു. പിച്ചള കെട്ടിയ മന്ത്രവടി മുകളിലേക്ക് ഉയർത്തി മന്ത്രങ്ങൾ ജപിച്ചു. കലുഷിതമായ പ്രകൃതി ശാന്തമായി.

മരണത്തിൽ നിന്നും ആരംഭം കുറിച്ച ദുരാത്മാവ് അഷ്ടദിക്കുകളും അന്ധകാരം പടർത്തി.

“ഭ്രാന്തമായ അഹങ്കാരം നിന്റെ ചിന്തകളെ മാത്രമല്ല. കണ്ണുകളെയും മൂടികെട്ടുകയാണ്. മനയിലെ മഹാമാന്ത്രികനെന്ന് അഹങ്കരിച്ചി

രുന്ന നിന്റെ പിതാവിന് എന്ത് സംഭവിച്ചു എന്ന് കാലത്തിന്റെ യവനികയിൽ എവിടെയെങ്കിലും രേഖപ്പെടുത്തിയിട്ടുണ്ടോ?"

ആ ചോദ്യം അവനെ പെട്ടെന്നു തകർത്തു.

മന്ത്രങ്ങളും തന്ത്രങ്ങളും വശമുള്ള, കാര്യങ്ങൾ കാലേകൂട്ടി ഗ്രഹിക്കാനുള്ള സിദ്ധിനേടിയ തറവാട് മാന്ത്രികനെ ദുർമരണം കീഴ്പ്പെടുത്തിയെന്ന് വിശ്വസിക്കാൻ പ്രയാസം.

ഇതിൽ ആരുടെയോ നിഗൂഢത പതിയിരിക്കുന്നു. ആരാണാ ദുരാത്മാവ്?

നാല്

ധനഞ്ജയന്റെ കണ്ണുകൾ ചുവന്നു. മനുഷ്യമർദ്ദിനി മന്ത്രം ആവാഹിച്ചതും ഇടി മുഴങ്ങി. മിന്നൽപ്പിളർ അന്തരീക്ഷത്തെ രണ്ടായി പിളർത്തി. വീശിയടിക്കുന്ന മലങ്കാറ്റ് നക്ഷത്രങ്ങൾ ഇല്ലാത്ത കറുത്ത ആകാശം. ഏഴിലംപാലയിലെ വള്ളിപ്പടർപ്പുകൾ സർപ്പങ്ങൾ കണക്കെ മാന്ത്രികനെ ചുറ്റി തലകീഴായി കെട്ടിതൂക്കി. വരിഞ്ഞുമുറുകിയ ശരീരത്തിൽ നഖക്ഷതങ്ങളേൽപ്പിച്ചും അവൾ പടപൊരുതി. സ്വയം അഹന്തയിൽ വീണുപോയ മാന്ത്രികൻ സത്യത്തിന്റെ വഴിയിലേക്ക് മനസ്സ് മടങ്ങി വന്നു.

അവൾ ദൃശ്യതയിൽനിന്നും അദൃശതയിലേക്ക് നിമിഷാർദ്ധങ്ങൾ പോലും ആവിശ്യമില്ലാത്ത ദുരാത്മാവായി മറഞ്ഞു.

മനുഷ്യമനസ്സിന്റെ വിചാരഗതികളിൽ വ്യതിയാനം സംഭവിച്ചു. പരാജിതനായി ദുരാത്മാവിന്റെ മർദ്ദനമേറ്റ് മനയിലെത്തിയ ധനഞ്ജയൻ പൂമുഖത്തു ഇടറിവീണു.

പരാശ്രയമില്ലാതെ മനയിൽ അന്തിക്കൂട്ടിനെത്തി ത്രിപുര പിന്നീട് മന വിട്ടു പുറത്തു പോയിട്ടില്ല. ഭക്ഷണം കഴിഞ്ഞ് മുറിയിലെത്തി വിശ്രമിക്കുന്ന ധനഞ്ജയനെ ഉണർത്താതെ മുറിയിൽ പ്രവേശിച്ചു ത്രിപുര അവന്റെ മുറിവുകളിൽ പച്ചമരുന്ന് പുരട്ടി. മുറിവിന്റെ അസ്സഹനീയത കടിച്ചുപിടിച്ച് കണ്ണുകളടച്ച് ധനഞ്ജയൻ കിടന്നു.

മാതൃവാത്സല്യത്തിന്റെ മായാബന്ധനം അയാൾ ആ നിമിഷം അനുഭവിച്ചറിഞ്ഞു. കതക് ചേർത്ത് അടച്ചു. ചായ്പ്പിൽ പായ വിരിച്ച് ത്രിപുരയും കിടന്നു.

നേരം അർദ്ധരാത്രിയോട് അടുത്തു. കോലായിലെ റാന്തൽ തിരി താഴ്ന്നു ഉറക്കം നഷ്ടപ്പെട്ടു മുറിയിൽ നിന്നെഴുന്നേറ്റ മാന്ത്രികൻ മറ്റെന്തൊക്കെയോ ചിന്തകളിൽ മുഴുകി.

അമ്മയുമായുള്ള വേർപാടിന്റെ രാത്രി കഴിഞ്ഞ് ഒറ്റക്കുണരുന്ന ഓരോ പുലരികളിലും തീർത്തും ഏകാന്തത അനുഭവപ്പെട്ടു. മിഴികളിൽ

നിന്നും നീർത്തുള്ളികൾ അടർന്നു വീണു. അയാൾ പലതും മറക്കാൻ ശ്രമിച്ചു. അസാധാരണമായ നാടകീയ മുഹൂർത്തങ്ങൾ അരങ്ങേറുന്ന മനയിലുള്ള ഏകാന്തത ധനഞ്ജയനെ നിരാശയുടെ പടുകുഴിയിൽ വീഴ്ത്തി. മഹാമാന്ത്രികനെന്ന പദവി തുല്യംചാർത്തി എങ്കിലും ആ ശരീരത്തിനുള്ളിൽ പച്ചയായ ഒരു മനുഷ്യനുണ്ടെന്ന് ആരും ചിന്തിക്കുന്നില്ല. അവർക്ക് വികാരങ്ങളും വിക്ഷോഭങ്ങളുണ്ടെന്ന് അയാൾ മനസ്സിൽ കുറിച്ചിട്ടു.

രാത്രിയുടെ നാലാമത്തെ നാഴികയും കടന്നു പോയി. കുറുനരികളുടെ ഓരിയിടൽ അന്തരീക്ഷത്തിൽ കിടന്ന് ചുഴറ്റി. മിഴികൾ ഇമവെട്ടി പതിയെ ചേർത്തടച്ചു. മനുഷ്യമനസ്സിന്റെ സീമകളിൽ ഒരുനിമിഷം ഭീതിയുടെ മാന്ത്രികത പകർന്നാടി.

നേരം പുലർന്നു. ധനഞ്ജയൻ മനയിൽനിന്നും പുറത്തേക്ക് ഇറങ്ങി നടന്നു. യാത്രാമദ്ധ്യേ ചില സൗഹൃദങ്ങൾ പുതുക്കി. നാട്ടുകാരുടെ അഭ്യർത്ഥനകളുടെയും, പരാതികളുടെയും കെട്ടുകൾ അഴിച്ചു മഹാമാന്ത്രികന്റെ മുന്നിൽ നിരത്തി. എല്ലാം അക്ഷമനായി കേട്ടുനിന്നു. മനയിലേക്ക് നടന്നു. ബോധം മറഞ്ഞു. ഓർമകളുടെ തടങ്കലിൽ വിഷലിപ്തമാർന്ന ചിന്തകൾ ചിതലരിച്ചു തുടങ്ങിയിരിക്കുന്നു. യാതൊന്നിനോടും പൂർണ്ണമായി നീതിപുലർത്താൻ സാധിക്കുന്നില്ല.

അപ്രകാരമെന്നാൽ ഞാൻ എന്ന വ്യക്തിയുടെ അധഃപതനം അടുത്തിരിക്കുന്നു.. മിഴികളിൽ ഇരുട്ട് പടർന്നു തുടങ്ങി. കാണുന്ന കാഴ്ചകൾ അവ്യക്തത നിറഞ്ഞിരിക്കുന്നു.. മരണത്തിന്റെ കഴുകൻ ചിറകു വിരിച്ചു പറന്നിറങ്ങി. ആകാംക്ഷ നിറച്ചുകൊണ്ട് ഭീതിയുടെ സീമകളിലേക്ക് ഇറങ്ങി ചെന്ന വിഷ്ണു എന്തോ ശബ്ദം കേട്ട് ഗ്രന്ഥം കൂട്ടികെട്ടി. മുറിയിൽ നിന്നും പുറത്തിറങ്ങിയതും വൈദ്യുതി നിലച്ചു.

തെക്കുംകൂർ വൈദ്യുതി നിലയം. രാത്രിയിൽ ശോഭകെടാത്ത പ്രദേശത്തിന്റെ മുഴുവൻ ഭാവങ്ങൾ പുനഃസൃഷ്ടിക്കുന്ന പ്രകാശത്തിന്റെ ഉറവിടം ചൊരിയുന്ന ഒരിടം. യഥാർത്ഥ നിലയം ഇവിടെനിന്നും ഏഴ് കാതം ദൂരത്തിലാണ്. പട്ടണത്തിന്റെ ആധുനികത അധികം ഒന്നും ബാധിക്കാത്ത ഉൾഗ്രാമമായതിനാൽ കേവലം നാലോ അഞ്ചോ ആളുകൾ മാത്രം ജോലിചെയ്യുന്ന വൈദ്യുതി നിലയം തെക്കുംകൂർ വൈദ്യുതി നിലയത്തിന്റെ മുറിയിലിരുന്നു രേഖകൾ പരിശോധിക്കുന്ന ഓവർസിയർ അമീർയൂസഫ്.

രാത്രിയിൽ നിശബ്ദത തളം കെട്ടിയ ആ കെട്ടിടത്തിൽ അൽപനേരം അരണ്ട ബൾബുകൾ പ്രകൃതിക്ക് വിപരീതമായി തെളിഞ്ഞും അണ

ഞ്ഞും പ്രകാശിച്ചു.

ഇതിപ്പോ കുറച്ച് ദിവസം ആയല്ലോ ഇത് പതിവായി കാണുന്നെ. ജീവനക്കാരുടെ ഇടയിൽ ചർച്ചയായി. വോൾട്ടേജിന്റെ വ്യതിയാനം ആയിരിക്കും. അതല്ല എന്തൊക്കെയോ അസാധാരണത അനുഭവപ്പെടുന്നു.ഒരുകാലത്ത് ഇവിടം പ്രേതനഗരമായിരുന്നെന്ന് കേട്ടിട്ടുണ്ട്.

എന്താണ് ശിവേട്ടാ നിങ്ങളിപ്പോഴും അന്ധവിശ്വാസങ്ങളുടെ ഇടയിൽ ആണോ. ഇത് ഇരുപതാം നൂറ്റാണ്ടാണ് ഈ കാലഘട്ടത്തിൽ യക്ഷിയുണ്ടെന്ന് പറയുന്നത് യുക്തിക്ക് നിരക്കുന്ന ഒന്നാണോ? ഋഷിയുടെ വാക്കുകളിൽ അൽപ്പം പരിഹാസം നിറഞ്ഞിരുന്നു.

"ചോരത്തിളപ്പിന്റെ ആവേശം കൊള്ളാം. പക്ഷെ ഇത് നാട് വേറെയാണ്."

വിശ്വാസമില്ലാത്ത മനസ്സുകളെ പറഞ്ഞുഫലിപ്പിക്കാൻ എനിക്ക് അറിയില്ല. അത് പറഞ്ഞോണ്ടിരിക്കുമ്പോൾ അമീറിന്റെ മേശയിലെ ഫോൺ ശബ്ദിച്ചു.

"ഹലോ.. ഇപ്പൊത്തന്നെ ആളെ അയക്കാം."

ഫോൺ വെച്ച് മുറിയിൽ നിന്നും പുറത്ത് വന്ന അമീർ പറഞ്ഞു

"ആലിൻചോട് ഭാഗത്ത് എന്തോ കേടുപാടുണ്ട്. ആരെങ്കിലും രണ്ട് പേർ ഒന്ന് പോയി തിരക്കി വരൂ."

"സർ, പ്രായോഗിക അറിവുകൾ വെച്ച് എത്രയൊക്കെ കിടന്ന് പരിശ്രമിച്ചിട്ടും എന്താണ് തകരാറെന്ന് കണ്ടെത്താൻ കഴിയുന്നില്ല."

"അത് ശിവേട്ടൻ പറഞ്ഞത് നേരാണ്. ഞങ്ങൾ അവിടെ ചെന്ന് നോക്കുമ്പോൾ കമ്പിപൊട്ടി കിടക്കേ ഫ്യൂസോ പോയിട്ടുണ്ടാവില്ല. എന്തായാലും ഞങ്ങൾ ഒരിക്കൽകൂടി പോയ്നോക്കാം."

ലൈൻമാൻ ശിവനും, ഋഷിയും ഉപകരണങ്ങളെടുത്ത് പുറത്തേക്ക് നടന്നു. വൈദ്യുതി നിലയത്തിന്റെ മുഖകവാടത്തിൽ നിന്നും ജീപ്പ് നീങ്ങി. ആലിൻചോടിൽ ജീപ്പ് നിന്നതും ആ പ്രദേശത്തെ മുഴുവൻ വഴിവിളക്കുകളും പ്രകാശിക്കുന്നു. ഋഷി ഫോൺ എടുത്ത് വിളിച്ചു.

സർ ഋഷിയാണ്. ഇവിടം കുഴപ്പം ഒന്നും ഇല്ല. ആരോ നമ്മളെ കബളിപ്പിക്കാൻ ചെയ്യുന്നതാണ്. ഋഷിയുടെ വാക്കുകൾ മുഴുവിപ്പിക്കുന്നതിന് മുൻപേ ആ പ്രദേശം മുഴുവൻ അന്ധകാരത്തിലാഴ്ന്നു. ഋഷിയുടെ മനസ്സിൽ ഭയം ഇറച്ചുകയറി.

"ആ പറയു സർ കേൾക്കുന്നുണ്ട്."

"ഇപ്പോൾ ഈ പ്രദേശം മുഴുവൻ സപ്ലൈ പോയി."

"എന്ത് അവിടെ സപ്ലൈ ഉണ്ടെന്നോ?"

ഋഷിയുടെ മുഖത്തു ഭയം നിഴലിച്ചു. വഴിവിളക്കുകൾ പോലും ആ മണ്ണിൽ പ്രകാശിക്കാൻ മടിച്ചുനിന്നു. ഈ പ്രദേശം ഇന്നും നിഗൂഢതയുടെ ആവരണത്തിൽ ബന്ധിച്ചിരിക്കുന്നു. അന്ധകാരം സുരക്ഷിതത്വം ആഗ്രഹിക്കുന്ന ആരോ ഈ മണ്ണിൽ ഉണ്ട്. ഇതെല്ലാം അവരുടെ വിക്രിയകൾ തന്നെ..

ഋഷിഫോൺ വെച്ചശേഷം ശിവേട്ടനെ നോക്കി. മുകൾ ഓഫീസിലേക്ക് അറിയിക്കാം അവിടന്ന് ടെക്നീഷ്യൻ വന്ന് നോക്കട്ടെ.

ഇരുവരും ചവിട്ടിനിൽകുന്ന മണ്ണ് ഒലിച്ചുപോകുന്നത് പോലെ .

ആലിൻചോട് ഭാഗത്ത് നിന്നും അരനാഴിക നടന്നാൽ യക്ഷിക്കാവിലെത്താം.

അവിടെ ഇന്നുവരെ വൈദ്യുതി വഴിവിളക്ക് നാട്ടാൻ സാധിച്ചിട്ടില്ല. ദുഃശകുനങ്ങൾ സൃഷ്ടിച്ചു ദുരാത്മാവ് അതിനുള്ള തടസ്സങ്ങൾ സൃഷ്ടിച്ചു. ഇന്നും അവിടം കൂരിരുൾ തിങ്ങും നിബിഡവനങ്ങളാണ്. പെട്ടെന്ന് അന്തരീക്ഷം വ്യതിചലിച്ചു കാറ്റ് വീശി. അകലങ്ങളിൽ നിന്നൊരു സ്ത്രീ രൂപം അടുത്ത് വരുന്നത് ഋഷികണ്ടു. വിശ്വാസമില്ലാത്ത മനസ്സിനെ കീഴ്പ്പെടുത്താനുള്ള ജാലവിദ്യകൾ മിഴികളിൽ പകർന്നാടി. സ്ത്രീരൂപം അരികിലെത്തിയതും അദൃശ്യമായി. ഇരുവരും പരിഭ്രാന്തരായി ജീപ്പിലേക്ക് കയറി. എത്രശ്രമിച്ചിട്ടും ജീപ്പ് അനക്കാൻ കഴിയുന്നില്ല.

ഇതേസമയം എവിടെനിന്നോ പറന്നുവന്ന കടവവ്വാൽ ജീപ്പിന്റെ ചില്ലിൽ വന്ന് ആഞ്ഞടിച്ചു. ചില്ലിലൂടെ രക്തം ഒഴുകി. കൂരിരുളിൽ വിഹരിക്കുന്ന വവ്വാലുകളും, ഏകാന്തതയും ഏത് രാത്രിയിലും മനുഷ്യമനസ്സിനെ ഭീതിയുടെ മുൾമുനയിൽ നിർത്തുന്ന വസ്തുതകളാണ്.

വിഷ്ണുശർമ്മ ടോർച്ചെടുത്തു ചുറ്റിലും എന്താണെന്ന് തിരക്കി.

അനുദിനവും മനസ്സിന്റെ നിയന്ത്രണം നഷ്ടപ്പെടുകയാണ്. ഭഗവതി അവിടത്തെ രൂപം മനസ്സിൽ നിന്നും ആരെങ്കിലും മറച്ചുപിടിക്കുകയാണോ. മനസ്സിനുള്ളിൽ ഭീതിയുടെ തിരയടങ്ങാത്ത സമുദ്രമാണെങ്കിലും. ഇതുപോലുള്ള കഥകളെ ഏറെ ഇഷ്ടമാണ്. അത്കൊണ്ട് തന്നെ മനസ്സ് തീർത്തും ഭ്രമിക്കുകയാണ്. പക്ഷെ ഒന്ന് പറയാതിരിക്കാൻ വയ്യ. ആ ഗ്രന്ഥത്തിന് വല്ലാത്തൊരു വശ്യതയുണ്ട്. അതിലെ അക്ഷരങ്ങളിൽ ഇന്നും ജീവൻ തുടിക്കുന്നു.

സർക്കാർ കോർട്ടേഴ്സിന്റെ ചുറ്റിലും ബലിക്കാക്കകൾ കടന്നുകൂടി. സാധാരണ കാക്കകളെ സന്ധ്യക്ക് ശേഷം ആരും കാണാറില്ല. ഇനി

മറ്റെന്തെങ്കിലും അപകടസൂചനയാണോ ഇത്? കാക്കകൾ പെട്ടെന്ന് വിഷ്ണുവിന്റെ നേരെ പറന്നു വന്നു. അവൻ മുഖം മറച്ചു. കൂർത്ത കൊക്കുകൾ കൊണ്ട് ശരീരത്തിൽ കൊത്തിവരിഞ്ഞു. വേഗം മുറിക്കുള്ളിൽ കയറി കാതടപ്പിക്കും വിധം കതക് കൊട്ടിയടച്ചു.

ജീപ്പ് മുന്നിലേക്ക് നീങ്ങി. ഋഷിയുടെ മിഴികൾ സൈഡ് കണ്ണാടിയിലേക്ക് നോക്കി. ആ സ്ത്രീരൂപം ഒരിക്കൽ കൂടി റോഡിൽ നടന്നു മറയുന്നു.

“ശിവേട്ടാ ഒരുനിമിഷം ഞാൻ ശരിക്കും ഭയന്നു.”

ഋഷി അറിവുകൾക്കും, അന്തർനേത്രങ്ങൾക്കും അപ്പുറം ഒരുശക്തിയുണ്ട്. അത് ദൈവമാകാം അല്ലെങ്കിൽ ആത്മാവാകാം.

വിശ്വാസങ്ങളെ ക്ഷതമേൽപ്പിക്കും വിധം ചിന്തകളെ അഴിച്ചുവിടരുത് അത് അപകടമാണ്. പ്രപഞ്ചത്തിൽ എല്ലാ ശക്തികൾക്കും സ്ഥായിയായുള്ള ഒരു ഭാവമുണ്ട്. അത് തിരിച്ചറിയുമ്പോൾ പല അർത്ഥശൂന്യമുള്ള ചോദ്യങ്ങൾക്കും ഉത്തരം ലഭിച്ചേക്കാം.

ഒന്നിനേം നിസ്സാരമായി കാണരുതെന്നുള്ള ചിന്തകൾ ഋഷിയിൽ അടിയറവ് വെച്ചു. ഇരുണ്ടു കിടക്കുന്ന നാട്ടുവഴിയിലൂടെ നീങ്ങുമ്പോൾ ഒരിക്കൽ കൂടി ആ കറുത്ത ഓർമ്മകൾ അവനെ തേടിയെത്തി. മുറിയിൽ വന്നിരുന്ന വിഷ്ണു ശരീരത്തിലൂടെ സംശയത്തോടെ നോക്കി. കാക്കകളുടെ ആക്രമണത്തിൽ കാര്യമായി എനിക്ക് ഒന്നും സംഭവിച്ചിട്ടില്ല. എല്ലാം മനസ്സിന്റെ ചഞ്ചലതയോ. അതോ ഇനി വരാനിരിക്കുന്ന കഥാസന്ദർഭങ്ങൾക്ക് മുന്നോടിയായുള്ള പടയൊരുക്കമോ. തിടുക്കപ്പെട്ട് ഗ്രന്ഥം തുറന്നു. അവൻ വായിച്ചു നിർത്തിയ താളുകൾ ഒരിക്കൽ കൂടി തുറന്നു അടുത്ത താളുകളിലേക്ക് മിഴികളൂന്നി. പക്ഷെ മുറിഞ്ഞ ഓലയിൽ എഴുതിയിരിക്കുന്ന അക്ഷരങ്ങൾ വിരൂപമായിരിക്കുന്നു. അതുവരെ ആകാംക്ഷ നിറച്ച അദൃശ്യം അപൂർണ്ണമാണ്.

യാഥാർത്ഥ്യത്തിലേക്കുള്ള ദൂരം വിദൂരത്തിലാണ് ഇനിയെങ്ങനെ കണ്ടെത്തും, അദ്ദേഹവും മരണത്തിന് കീഴടങ്ങിയോ?

ദുരാത്മാവിന് മനയോട് തീർത്തും തോന്നുന്ന വൈരാകികഭാവത്തിന്റെ നിജസ്ഥിതി എന്താണ്? യഥാർത്ഥ കഥ ഇനിയാണ് ആരംഭിക്കുന്നത്...

സെന്തിൽ തറവാടിന്റെ മുറിയിലിരുന്ന് മനസ്സിനുള്ളിലെ നിർലോഭമായ ആശയങ്ങൾ കുത്തിക്കുറിക്കുന്നു. പെട്ടെന്ന് മുറിയിൽ വൈദ്യുതി നിലച്ചു. മുറിയിൽ കരുതിയിരുന്ന എമർജൻസി ഒന്ന് തെളിഞ്ഞു കൊണ്ട് വീണ്ടും അന്ധകാരത്തിന് കീഴടങ്ങി. മുറിയിൽ നിന്നി

റങ്ങിയ സെന്തിൽ ഇരുളിൽ തടഞ്ഞുവീഴാതിരിക്കാൻ അതീവ ശ്രദ്ധ പുലർത്തി കോണിപ്പടികൾ ഇറങ്ങി.

ആരും ഇല്ലേ ഇവിടെ? അയാൾ ഇത് എവിടെ പോയി.

മറുപടി പറയാൻ പോലും ആ പ്രദേശത്ത് ആരും ഉണ്ടായില്ല. സെന്തിലിനെ ഞെട്ടിച്ചുകൊണ്ട് പെട്ടെന്ന് ഫോൺ ശബ്ദിച്ചു. നടന്നു നീങ്ങി ഫോണെടുത്ത് ചെവിയിൽ വെച്ചു.ആ സമയം ഫോണിന്റെ സിഗ്നൽ തകരാറിലായി കാതടപ്പിക്കുംവിധം ശബ്ദവിസ്ഫോടനമുണ്ടായി. ഫോൺ വെച്ച് തിരിഞ്ഞതും അവൻ ഒരിക്കൽ കൂടി ഒരു നേർക്കാഴ്ചയ്ക്ക് മൂകസാക്ഷിയായി.

ഇതേ സമയം കോട്ടേഴ്സിന്റെ പുറത്ത് ഓട്ടോറിക്ഷ വന്നുനിൽക്കുന്ന ശബ്ദം. പെട്ടെന്ന് കതക് തുറന്ന് പുറത്തുകിടന്ന വിഷ്ണുശർമ്മ അവിടേക്ക് നടന്നുവന്നു.

"ആരാ ചോദിച്ചത് കേട്ടില്ലേ. ഇരുട്ടിലിങ്ങനെ മറഞ്ഞു നിൽക്കാതെ മുൻപിലേക്ക് വരൂ."

"അതിന് ഇരുളില്ലാത്ത ഭാഗം എവിടെയാണ്" വിഷ്ണുവിന്റെ വാക്കുകളെ പരിഹസിച്ചുകൊണ്ട് അവർ മുൻപിലേക്ക് നടന്നു.

റവന്യൂ ഓഫീസറായി സ്ഥലം മാറി വന്നതാണ്. കൃതിക ആര്യൻ ഇവിടെ എത്തിയപ്പോഴേക്കും നേരം ഒരുപാട് വൈകി. ഇവിടെയാണ് താമസം ഒരുക്കിയിരിക്കുന്നതെന്ന് വൈകിയാണ് അറിഞ്ഞേ.

ഓഫീസറുടെ മറുപടിയിൽ നിന്നൊരു തീരുമാനത്തിലെത്തി ഇവിടെയുണ്ടായിരുന്ന അയാളെ കാണുന്നില്ല. തൽക്കാലം താൻ ബാഗ് എടുത്ത് വരൂ.'

പെട്ടെന്ന് ബൾബ് ഒന്ന് തെളിഞ്ഞു കത്തി ആ നിമിഷം ഇരുളിന്റെ മറനീക്കിയ വെളിച്ചത്തിൽ ഇരുവരും മുഖാമുഖം കണ്ടു.. സെന്തിൽ അയാളോട് ദേഷ്യത്തോടെ ചോദിച്ചു.

"താൻ ഇത് എവിടെ പോയേക്കായിരുന്നു."

"ക്ഷമിക്കണം സർ. അടുത്തൊരു മരണം നടന്നിട്ടുണ്ട്. സാഹചര്യം നോക്കുമ്പോൾ സ്വാഭാവിക മരണമാണ്. പക്ഷെ ആരോ ക്രൂരമായി കൊന്നുവെന്നാണ് ബന്ധുക്കളുടെ വാദം."

"ഇതാ ഭക്ഷണം ഇതിലുണ്ട്. അയാൾ സെന്തിലിന്റെ സഹായത്തിനായി വരുന്നതാണ്. ജീവിച്ചിരിക്കുമ്പോൾ നോക്കാൻ ആരും ഉണ്ടാവില്ല. മരിച്ചു കഴിഞ്ഞാൽ വസ്തുവിൽ അവകാശം സ്ഥാപിക്കാൻ എല്ലാരും ഉണ്ടാകും. ഈ സമൂഹത്തിന്റെ ഒരു പോക്കേ."

വിഷ്ണുശർമ്മ അവരെകൂട്ടി നടന്നു.

“മാഡം വരൂ എത്രാമത് കോട്ടേജ് ആണ്.”

“ഏഴാമത്തെയോ മാറ്റോ ആണ്..”

“മാഡം ഇതാ താക്കോൽ..” പുറകിൽ നിന്ന് വിളിച്ചുകൂവി സെക്യൂരിറ്റി ഓടിവന്നു. “ക്ഷമിക്കണം.. ഞാൻ കഴിക്കാൻ പോയതായിരുന്നു.”

താക്കോൽ വാങ്ങി കൃതിക മുറിയിൽ കാലുകളെടുത്തു വെച്ചതും കെട്ടിടം നിലംപൊത്തുന്നത് പോലെ ശബ്ദമുണ്ടായി. അതിനൊന്നും ചെവികൊടുക്കാതെ അവർ മുറിയിലേക്ക് നടന്നു.

“എന്തൊരു സൈലൻസാണ് ഇവിടെ, തീർത്തും ഒരു പഴമയുടെ ഗന്ധം. ഞാൻ ഒക്കെ വാർത്തമാനകാലത്തിൽ നിന്നുകൊണ്ട് ഭൂതകാല ഓർമ്മകളിലൂടെ ജീവിച്ച് ഭാവിയെ കുറിച്ച് കണക്ക് കൂട്ടുന്നു. കാണാം..” പ്രത്യുപകാരമോ മാറ്റോ പ്രതീക്ഷിക്കാതെ വിഷ്ണു ഇരുളിലേക്ക് നടന്നു മറഞ്ഞു. മുറിയുടെ വാതിൽ മെല്ലെ ചേർന്നടഞ്ഞു.

സെന്തിൽ മുറിയിലേക്ക് കയറിയതും ഫോൺ അടിച്ചു. മറുപുറത്തുനിന്നുള്ള കാര്യങ്ങൾ തീർത്തും ശ്രദ്ധയോടെ കേട്ടശേഷം മറുപടി പറഞ്ഞു.

“കൂടികാഴ്ചയ്ക്ക് മറ്റൊരു ഇടത്തിന്റെ ആവിശ്യകതയില്ല. മനയിൽ തന്നെ മതി.”

ഫോൺ വെച്ചശേഷം അയാൾ നിദ്രയുടെ യാമങ്ങൾക്കായി കാത്തുകിടന്നു. അന്നത്തെ രാത്രി മൂവരും ശാന്തമായി ഉറങ്ങി.

മനയുടെ പൂമുഖത്ത് ഇട്ടിരിക്കുന്ന കസേരയിലിരിക്കുന്ന വിഷ്ണു ശർമ്മ ചിന്താകുലനും അസ്വസ്ഥനും ആയിരുന്നു. കാത്തിരിപ്പിന്റെ അന്ത്യനിമിഷത്തിൽ മനയിലേക്ക് കടന്നുവരുന്ന കാർ കണ്ടതും അവൻ ഇരുന്നിടത്ത് നിന്ന് എഴുന്നേറ്റു. കാറിൽ നിന്നിറങ്ങിയ സെന്തിൽ വിഷ്ണുവിന് അഭിമുഖമായി വന്ന് നിന്നു.

“എന്താ കാണണമെന്ന് പറഞ്ഞത്.”

“സർ അത്. ഞാൻ ഈ മണ്ണിൽ കാലുകുത്തിയത് മുതൽ സംതിങ്ങ് ഈസ് കണക്റ്റട് ടു മീ.”

അവൻ ബാഗിൽ നിന്നും തുണിയിൽ പൊതിഞ്ഞ ഗ്രന്ഥക്കെട്ടെടുത്ത് സെന്തിലിന് നേരെ നീട്ടി.

“ഈ ഗ്രന്ഥമാണ് ഇപ്പോഴെന്റെ പ്രശ്നം.”

“മനയിലെ മഹാമാന്ത്രികൻ ധനഞ്ജയനാൽ എഴുതപ്പെട്ട അദൃശ്യമെന്ന ഗ്രന്ഥമാണിത്.”

വിഷ്ണു ആ ഗ്രന്ഥത്തിന്റെ ചുരുങ്ങിയ വാക്കുകളിൽ സാരാംശം

വിശദീകരിച്ചു.

"ആരംഭത്തിൽ ആകാംക്ഷ നിറച്ച ഗ്രന്ഥം അപൂർണ്ണതയിലേക്ക് സഞ്ചരിക്കുമ്പോൾ തോന്നുന്ന ഭയം എന്നെയും വേട്ടയാടി. അദൃശ്യം നീർജീവമായ അവസ്ഥ മാത്രമല്ല അർത്ഥശൂന്യമായ മായാമാന്ത്രികത പകൽവെളിച്ചത്തിലും പ്രതിഫലിപ്പിക്കുന്ന നേർക്കാഴ്ചകളാണ്."

"വിഷ്ണു നീ ഇപ്പോഴും ഒരുകാര്യം മനസ്സിലാക്കണം. മഹാമാന്ത്രികൻ എഴുതിപിടിപ്പിച്ചതെല്ലാം അവരുടെ യാഥാർഥ്യത്തിന്റെ ഭാവനാസൃഷ്ടികൾ ആയിക്കൂടെന്ന് ഇല്ലാലോ. ഇതെഴുതിയ വ്യക്തി ഇന്നിപ്പോൾ ജീവനോടെ ഉണ്ടോ അതോ മരണപ്പെട്ടോ എന്നറിയില്ല. പക്ഷെ ഞാൻ ഈ കഥയുടെ പരിസമാപ്തി കണ്ടെത്തുകതന്നെ ചെയ്യും. എല്ലാ അർദ്ധസത്യങ്ങളെയും ഞാൻ പകൽ വെളിച്ചത്തിലേക്ക് മാറ്റിയെഴുതും. ഇനിയുള്ള യാത്ര അവിസ്മരണീയമാണ്."

അഞ്ച്

മനയുടെ അന്തരീക്ഷത്തിൽ പല അവസ്ഥകളും നിർജീവമായ ജഡ ങ്ങൾ പോലെയായിരുന്നു. തുറന്നു പറച്ചിലിൽ വിഷ്ണുവിന്റെ ഇട നെഞ്ചിൽ മഴപെയ്തുതോർന്നത് പോലൊരു അനുഭൂതി. സർവ്വഭാര ങ്ങളും ഇറക്കിവെച്ചത് പോലെ!

ദിവസങ്ങൾക്കപ്പുറം കൃതിക ചില സംഭവങ്ങൾ ഓർമ്മയിലേക്ക് സ്വരുക്കൂട്ടി. സർക്കാർ കോട്ടേഴ്സിന്റെ മുഖ്യകവാടത്തിൽ നിന്നും നൂറു മീറ്റർ ഉള്ളിലേക്ക് പിന്തള്ളി, രണശൂര്യരായി നിരന്ന പടയണിയിലെ പടയാളികൾ പോലെ മുഖാമുഖം ദർശനമായി നിൽക്കുന്ന കോട്ടേഴ് സുകൾ.

ഏഴാമത് കോട്ടേഴ്സാണ് കൃതികയ്ക്ക് വേണ്ടി ഒരുക്കിയിരുന്നത്. അച്ഛന്റെ മരണശേഷം ഇപ്പോഴുള്ള നിലയിലെത്താൻ ഏറെ സഹാ യിച്ചിരുന്നത് കഴിഞ്ഞ കാലത്തിന്റെ ദുരനുഭവങ്ങൾ തന്നെ. അടിച്ചു പതം വരുത്തിയ പച്ചിരുമ്പിന്റെ കാഠിന്യമുള്ള മനസ്സോടെ എന്തും നേ രിടാനുള്ള പ്രകൃതത്തിലേക്ക് വഴിതെളിച്ചു.

ആ കോട്ടേഴ്സിൽ അവൾ തനിച്ചായിരുന്നു. തൊട്ടടുത്ത കോട്ടേഴ് സുകൾ താമസമില്ലാതെ ഒഴിഞ്ഞുകിടക്കുകയാണ്. മുറിയിലെ ജനാ ലകൾ തുറന്നിട്ടാൽ മുഖ്യകവാടവും, അതിനോട് ചേർന്ന സെക്യൂ രിറ്റി വിശ്രമകേന്ദ്രവും കാണാം. അതായിരുന്നു ഏക ആശ്വാസം. പു തുഇടത്തേക്ക് താമസം മാറിയെത്തിയ തിരക്കിൽ പലതും അലക്ഷ്യ മായിരുന്നു. എല്ലാം യഥാസ്ഥാനങ്ങളിൽ എടുത്തുവെയ്ക്കുന്ന തിര ക്കുകളിൽ കൃതിക. അടുക്കും ചിട്ടയും വരുത്തുന്നതിൽ കൃതിക ക ണിശക്കാരിയായിരുന്നു.

അപ്രതീക്ഷിതം മുഖ്യകവാടം കടന്നുവരുന്ന ഒരു പെൺകുട്ടിയെ അവ്യക്തതയോടെ കൃതിക കണ്ടു. നേരം അർധരാത്രിയോട് അടു ത്തിരുന്നു. തിടുക്കപ്പെട്ട് മുൻവശത്തെത്തിയതും ആ പെൺകുട്ടി കട ന്നു പോയിരുന്നു. അവളുടെ ചുവടുകൾ തമ്മിലുള്ള വ്യത്യാസം നട

പ്പിന്റെ വേഗതയെ അളന്ന് തിട്ടപ്പെടുത്തി. ഇമവെട്ടുന്ന നിമിഷത്തിൽ ആ പെൺകുട്ടി പരമാവധി ദൂരം പിന്നിട്ടിരുന്നു. മുറിയിലെത്തിയ കൃതിക മനസ്സിലിട്ട് പലതും കൂട്ടിയും കിഴിച്ചും ഒരു ധാരണയിലെത്തി. ‘അവൾ ആരാണ് ?’

അവളാരാണെന്നറിയാൻ കൃതികയിൽ വല്ലാത്ത ആവേശം. പിറ്റേന്ന് പതിവുപോലെ കർമ്മനിരതയായി ജോലിയിൽ പ്രവേശിച്ചു. വൈകീട്ട് തിരികെയെത്തിയ ശേഷം കൃതിക വിജനതയിലേക്ക് നോക്കിയിരുന്നു. ആ ഓർമ്മകൾ വീണ്ടും അവളെതേടിയെത്തി. ‘ഇന്നലെ രാത്രിയിൽ കണ്ടുമറഞ്ഞതാര്?’

ആകാംക്ഷയോടെ ചുമരിലെ ക്ലോക്കിലേക്ക് നോക്കി സമയം പത്ത് കഴിഞ്ഞു. ജനാലയിലൂടെ ബാഹ്യക്കാഴ്ചകളിലേക്ക് ഒരിക്കൽ കൂടി മിഴികൾ പരതിനോക്കി. കവാടം അടഞ്ഞു തന്നെ കിടക്കുന്നു.

അവളെ അഭിമുഖീകരിച്ചുകൊണ്ട് അൽപനേരം സംസാരിക്കാനോ സൗഹൃദം സ്ഥാപിക്കാനോ ഈ നിമിഷംവരെ കൃതികയ്ക്ക് കഴിഞ്ഞില്ല. രാത്രിയുടെ യാമങ്ങളിൽ പിടിതരാതെ യാദൃശ്ചികമായവൾ മിന്നിമറയും. അർദ്ധരാത്രിയിൽ വൈകിവരുന്ന ആ പെൺകുട്ടിയുടെ അടുത്ത് സംസാരിക്കാൻ ദിവസങ്ങളോളം ഉറക്കമൊഴിച്ചു കാത്തിരുന്നിട്ടും നിരാശയായിരുന്നു പ്രതിഫലം.

പക്ഷെ ഇന്നത്തെ രാത്രിയവൾ മനസ്സിൽ എന്തോ വിചിത്രമായ ലേഖനങ്ങൾ പോലെ ചിലത് കുറിച്ചിട്ടു. ഏകാന്തത നിറഞ്ഞ മുറിയിലെ വെളിച്ചം അണച്ചതും പുറത്ത് ഒരു പ്രകാശം മിന്നിമറഞ്ഞു. കൃതിക കതക് തുറന്നുവന്നതും മറ്റൊരു ഭാഗത്ത് കാതടപ്പിക്കും വിധം കതക് കൊട്ടിയടയ്ക്കുന്ന ശബ്ദം. ശബ്ദഭേരി മുഴങ്ങിയ ദിശയിലേക്കിറങ്ങി നടന്നു. കൃതിക രാത്രിയുടെ സുരക്ഷിതത്വത്തിൽ കൂമനിരുന്ന് മുരളുന്നു. ചീവിടുകൾ മറഞ്ഞിരുന്ന് അതിന്റെ സാന്നിധ്യം വെളിപ്പെടുത്തി. അടഞ്ഞു കിടക്കുന്ന കോട്ടേഴ്സിന്റെ ചുവരിലെഴുതിയിരിക്കുന്ന അക്കം ശ്രദ്ധിച്ചു.

ചിതറിക്കിടക്കുന്ന കരിയിലകൾ അവളുടെ കാൽച്ചുവട്ടിൽ ഞെരിഞ്ഞമർന്നു. ആദ്യചുവട് പടിക്കെട്ടിൽ വെച്ചതും ആകാശത്തെ രണ്ടായി പിളർത്തി ഇടിയും മിന്നലും ഒന്നിച്ചു ഭൂമിയിലേക്കിറങ്ങി വന്നു. പെട്ടെന്ന് വെച്ചകാൽ പുറകിലേക്ക് വലിച്ചു. ഭൂമി പ്രകമ്പനത്താൽ ശക്തി പ്രകടിപ്പിച്ചു. ശാന്തമായിരുന്ന അന്തരീക്ഷം കലുഷിതമായി. കാറ്റാഞ്ഞുവീശി കരിയിലകൾ ഒന്നടങ്കം ഉയർന്നുപൊങ്ങി. ജനൽപാളികൾ അടിയ്ക്കടി കൊട്ടിഅടഞ്ഞു. പക്ഷേ അവൾ പതറിയില്ല, മുൻ

പിലേക്ക് ചുവടുകളുറപ്പിച്ച് നീങ്ങിയ കൃതിക കതക് തുറന്നു. പ്രകൃതിയുടെ ഭാവവ്യതിയാനത്തിൽ കടവവ്വാലുകൾ പറന്നുയർന്നു. ഭീതിയുടെ, രൗദ്രതയുടെ അന്തരീക്ഷം. നെയ്ത്തിരികൾ കത്തിയെരിയുന്ന ഗന്ധം ചിതറിതെറിച്ച കാറ്റിനൊപ്പം മുറിയിൽ ചുഴറ്റി.

പ്രകൃതിക്ക് വിപരീതമായ കാഴ്ചകൾ അതിന്റെ അകമ്പടിയ്ക്കായുള്ള ധ്വനികൾ അവളെ തിരികെ പോകാൻ പ്രേരിപ്പിച്ചു. ധൈര്യം സംഭരിച്ചു കൊണ്ടവൾ മുൻപിലേക്ക് നടന്നു. മുറിയുടെ വാതിൽ തള്ളിത്തുറന്നതും മിഴികളിൽ പതിഞ്ഞ കാഴ്ചകൾ വിചിത്രം. വിടർന്ന മിഴികൾ കട്ടിലിൽ ഇരുകൈകളും ഊന്നിയിരിക്കുന്ന പെൺകുട്ടിയിലേക്ക് കേന്ദ്രീകരിച്ചു. കരിനാഗങ്ങൾ വെളുവെളുത്ത കൈകളിലൂടെ ഇഴഞ്ഞുകയറി. കരുത്തുള്ള മുടിനാരിഴകൾ അവളുടെ മുഖവും പാതി ശരീരവും മറച്ചു. അഴിഞ്ഞുവീണ മുടിയിഴകൾ പെരുവിരലിൽ തൊട്ടു നിന്നു. കൂനിക്കൂടിയിരിക്കുന്ന പ്രാകൃതരൂപം ഒന്നേ നോക്കിയുള്ളൂ. ആ ഞെട്ടലിൽ വിറയാർന്ന കാലുകൾ അടുത്ത ചുവടുറപ്പിക്കുന്നതിനായി ഭയന്നു നിന്നു. ഞരുക്കമാർന്ന മൂളൽ

'ഉം.. ഉം...' ഗാംഭീര്യമുള്ള ശബ്ദത്തിൽ അവശേഷിച്ചിരുന്ന കടവവ്വാലുകളും പറന്നുയർന്നു. പടിക്കെട്ടിൽ ആദ്യസ്പർശനത്തിൽ അനുഭവപ്പെട്ട പ്രകമ്പനത്തിനേക്കാൾ അതിഘോര ശബ്ദമായിരുന്നു അത്.

"നീ എന്തിന് വന്നു എന്റെ സ്വകാര്യതയിലേക്ക്? എന്റെ സ്വകാര്യതയിലേക്ക് കടന്നുവന്നവരാരും അടുത്ത സൂര്യോദയം കാണില്ല. എന്നെ കണ്ടവരാരും ഇന്നീ ഭൂമിയിൽ ജീവിച്ചിരിപ്പില്ല. പോകൂ ആ തറയിൽ നിന്നുയർന്ന കാൽ അകത്തളത്തുറപ്പിച്ചാൽ എന്റെ അടുത്ത ശത്രു നീയായിരിക്കും."

മറിച്ചൊന്ന് സംസാരിക്കാനോ മനസ്സിൽ തയ്യാറാക്കി കൊണ്ടുവന്ന ചോദ്യങ്ങൾ ഉന്നയിക്കാൻ അവളുടെ നാവ് നിലച്ചു. മുഖം കാണാതെ ആ രൂപത്തെയും ശബ്ദത്തേയും കണ്ടു ഭയന്നെങ്കിൽ ഇവളത്ര നിസാരക്കാരിയല്ല. അസുരാധിപത്യം സ്ഥാപിതമായിരിക്കുന്നു. ഇവളാണോ ദുർദേവത. അവളുടെ മനസ്സിന്റെ ആത്മഗതം പുകഞ്ഞു പുറത്തേക്ക് തള്ളപ്പെട്ടു. അതിവേഗം പുറകിലേക്ക് പിൻവലിഞ്ഞതും കട്ടിള തകർന്നു വീഴത്തക്കരീതിയിൽ സംശയം ചലിപ്പിച്ചുകൊണ്ട് കതകടഞ്ഞു. അടഞ്ഞ മുറിയ്ക്കകത്തു നിന്നും നിലയ്ക്കാതെ ഞെരുക്കമുള്ള മൂളൽ പുറത്തേക്ക് പ്രവഹിച്ചു.

"ഉം.... ഉം..."

പ്രകൃതിയിൽ വിപരീതമായി അരങ്ങേറിയ ദുരന്തങ്ങൾ വീശിയടിച്ചു ലോകത്തിന്റെ അന്ത്യം പ്രകടമായി. ഭിക്ഷ നൽകിയ പ്രാണനുമായി പിന്തിരിഞ്ഞോടിയ കൃതിക പുറത്തേക്ക് പ്രവേശിച്ചതും നിശ്ചലനും നിശബ്ദയുമായി. അവളുടെ കിതപ്പിന്റെ ശബ്ദം നന്നേ അറിയുന്നു. ഇടറിയ തൊണ്ടയിൽ ഉമിനീരിറക്കി. ഹൃദയത്തിന്റെ ഗതി ഉയർന്നു. പരിഭ്രമിച്ച മനസ്സോടെ കോട്ടേഴ്സിലേക്ക് ഓടി. പ്രകൃതി നിശ്ചലാവസ്ഥയിൽ തുടരുന്നു. വാതിലുകൾ അവൾക്കായി തുറന്നു കിടക്കുന്നു. മേശമുകളിലിരുന്ന മൺകൂജയിലെ വെള്ളം പരവേശത്താൽ ഒറ്റവലിയ്ക്ക് കുടിച്ചു തീർത്തു. മുഖം തുടച്ചു. നെഞ്ചത്ത് കൈകൾ വെച്ചു ശ്വാസം വലിച്ചുവിട്ടു. നന്നേ പ്രയാസപ്പെട്ടിരുന്നു ശ്വാസമെടുക്കാൻ. പലതും വിസ്മരിച്ച നിമിഷത്തിൽ നിന്നിരുന്ന ഞാൻ സ്വയം ശരീരത്തിലുണ്ടായിരുന്ന മാറ്റങ്ങൾ പോലും തിരിച്ചറിയാനാവാത്തവിധം മായാശക്തിയിൽ വീണുപോയിരിക്കുന്നു. ഭയചകിതരായി കട്ടിലിൽ വന്നിരുന്ന കൃതികയുടെ പാതിമനസ്സും ശരീരവും ഇപ്പോഴും അവിടെ തന്നെ നിൽക്കുകയാണ്.

“നിൽക്കൂ! ഈ സത്യം മൂന്നാമതൊരാളറിയാനിടവന്നാൽ ഒരു മരണം സുനിശ്ചിതം. രണ്ടാമതൊരു സ്ത്രീയുടെ രക്തക്കറ പുരളാൻ ഈ കൈകൾക്ക് യാതൊരു മടിയില്ല”. അവൾ ഊന്നിനിർത്തിയ കൈ ഉയർത്തി പിടിച്ചു.

‘മരണത്തോടുള്ള ക്രൂരഹത്യ എനിക്ക് തീർത്തും ഒരു പ്രഹേളികയാണ്. ക്രീഡാവിനോദത്തിന്റെ മാസ്മരികത”.

പെട്ടെന്ന് ഭയന്നുവിറച്ച അവൾ മുറിയിൽ കണ്ണോടിച്ചു. തനിച്ചൊരു സ്ത്രീ ഇനിയിവിടെ തുടരുന്നത് ആപത്താണ്. ഭീതിയുടെ നിഴൽ വീഴ്ത്തിയ കോട്ടേഴ്സിൽ മരണത്തിന്റെ കഴുകൻ ചിറക് വിരിച്ചു. പെട്ടെന്ന് മുറിയിലെ ഫാൻ താനെ തിരിഞ്ഞു.

ചാർജിലിട്ടിരുന്ന ഫോണെടുക്കാൻ ഓടിച്ചെന്നവൾ സ്വിച്ചിൽ തൊട്ടതും വൈദ്യുതിയുടെ ആഘാതം താങ്ങാനാവാതെ അവൾ തെറിച്ചു നിലത്തുവീണു. വീഴ്ചയിൽ നിന്നൊരു വിധത്തിലെഴുന്നേറ്റ് അവൾ ഫോണെടുത്തു വിളിച്ചു.

അബോധാവസ്ഥയിൽ നിന്നും മിഴികൾ പാതിതുറന്നു. മങ്ങിയ കാഴ്ചകൾ അവളുടെ മിഴികൾ കൂടുതൽ തുറക്കാൻ പ്രേരിപ്പിച്ചു. കുറച്ചുമാറി നിൽക്കുന്ന സെക്യൂരിറ്റിയെ നോക്കി കട്ടിലിന്റെ സമീപത്തിരിക്കുന്നു വിഷ്ണുശർമ്മ, ഡോക്ടറുടെ കടന്ന് വരവ് അവരുടെ മൂകമായ അന്തരീക്ഷത്തെ മുറിച്ചു.

'ഷീ വിൽ ഓൾറൈറ്റ്."

പേടി നല്ലപോലെ മനസ്സിനാഘാതപ്പെട്ടിട്ടുണ്ട്. അൽപ്പനേരം വിശ്രമിച്ചിട്ട് പോകാം. തളർച്ച മനസ്സിനാണ് ശരീരത്തിനല്ല. കൃതികയ്ക്ക് പറഞ്ഞത് മനസ്സിലായോ."

വിഷ്ണുവിന്റെ മനസ്സിൽ യാഥാർത്ഥ്യത്തിന്റെ ചുരുളുകളഴിഞ്ഞു. കൃതിക സംസാരിച്ച കാര്യങ്ങൾ വിഷ്ണുവിന്റെ ചിന്തകളിൽ അസ്വാഭാവികത നിറച്ചു.

കൃതിക ഇനിയും അവിടെ തുടരുന്നത് അപകടമാണ്. അറിഞ്ഞിരുന്നിട്ടും വീണ്ടും അപകടത്തിലേക്ക് തള്ളിവിടുന്നത് ശരിയല്ല. അവന്റെ മനസ്സിൽ പെട്ടെന്നൊരു ഉപായം തോന്നി. സെന്തിലിനെ വിളിക്കാം. ഒരുപക്ഷെ എന്നെ സഹായിക്കാൻ അദ്ദേഹത്തിന് കഴിയുമായിരിക്കും. ഫോണെടുത്തു സെന്തിലിനോട് നേരിൽ കാണണമെന്ന് അറിയിച്ചു. ആശുപത്രി വരാന്തയിലൂടെ നടന്നുമറഞ്ഞു. അൽപനേരം കഴിഞ്ഞെത്തിയ സെന്തിലിനോട് വിഷ്ണു സന്ധിസംഭാഷണത്തിൽ ഏർപ്പെട്ടു.

'എന്താ നീ വേഗം എത്തണമെന്ന് പറഞ്ഞത്."

"അതൊക്കെ പറയാം വാ.."

കൃതികയിൽ നിന്നറിഞ്ഞ അന്തർഗൂഢമായ വസ്തുതകൾ സെന്തിലിനോട് പറഞ്ഞു.

"എന്റെ അന്വേഷണ യാത്രയ്ക്ക് കൃതികയിൽ നിന്ന് പലതും അറിയാനുണ്ട്."

തൽക്കാലം കൃതികയുടെ അമ്മയെ ഇവിടെയെത്തിക്കാനുള്ള കാര്യങ്ങൾ ചെയ്യ്. ഇവിടെ നിന്ന് ഡിസ്ചാർജായി എല്ലാവർക്കും ഞാൻ താമസിക്കുന്നിടത്തേക്ക് പോകാം."

ദിവസങ്ങൾക്ക് ശേഷമുള്ള പ്രഭാതം. മേശപ്പുറത്ത് പത്രം കുടഞ്ഞിരുന്ന് വായിക്കുന്ന കൃതിക. പുറത്തേക്ക് പോയി മടങ്ങിയെത്തിയ സെന്തിലിന്റെ വാക്കുകളിൽ അൽപ്പം പരിഹാസം തോന്നിപ്പിച്ചു.

"ഇവിടത്തെ താമസത്തിൽ അസൗകര്യമൊന്നും ഇല്ലല്ലോ. അതോ കോട്ടേഴ്സിലെ ഉറക്കം വരാത്ത രാത്രികൾ പോലെയാണോ."

കൃതിക ഒരു ചിരിയിൽ മറുപടി അവസാനിപ്പിച്ചു.

"താനൊന്ന് വന്നേ തന്നോട് ചിലത് ചോദിച്ചറിയാനുണ്ട്. വിഷ്ണുവിന്റെ മുറിയിലേക്കിരിക്കാം. അല്ലെങ്കിൽ മുകളിൽ ബാൽക്കണിയിലിരിക്കാം."

"അമ്മയ്ക്ക് താൻ ഒറ്റമകളാണോ? അമ്മയെവിടെ ആളെ കാണു

ന്നില്ലല്ലോ."

"അടുക്കളയിലുണ്ട്. ഞാനൊരു ചായപറഞ്ഞിരുന്നു. എന്നാ മൂന്ന് ചായ മുകളിലേക്ക് എടുത്തോ."

"അമ്മേ മുകളിലേക്ക് ചായ എടുത്തോ." അവൾ ഉച്ചത്തിൽ വിളിച്ചു പറഞ്ഞു. കൃതികയുടെ ഉത്സ്വനം അവിടെയൊക്കെ പ്രതിധ്വനിച്ചു.

പടികൾ കയറുന്ന കൂട്ടത്തിൽ സെന്തിൽ അടിയ്ക്കടി ചോദ്യങ്ങൾ തുടർന്നു.

"അനിയനുണ്ട്. അവൻ മംഗലാപുരത്ത് പഠിയ്ക്കുന്നു."

"കൃതിക വിഷ്ണു അന്ന്പറഞ്ഞതിൽ എനിക്ക് അപൂർണ്ണതതോന്നി. അന്നെന്താ സംഭവിച്ചത് ? ഓർക്കാൻ കഴിയുന്നുണ്ടോ."

കസേരയിലേക്ക് മൂവരും ഇരുന്നു.

'ഉവ്വ് എനിക്ക് എല്ലാം ഓർക്കാൻ കഴിയുന്നുണ്ട്. അവിടെ ഒരു സ്ത്രീ കൈകളിൽ നാഗങ്ങൾ ഇഴഞ്ഞുകയറി."

അസ്സഹനീയമായ തലവേദന അനുഭവപ്പെടുന്ന നിമിഷം അവൾ ഇരുകൈകളും നെറ്റിയിൽ പിടിച്ചുകൊണ്ട് അന്തർഗൂഢമായ ഓർമ്മകൾ ഒരുവിധത്തിൽ പറഞ്ഞു. കൃതിക മുഖമുയർത്തിയതും ആ നിമിഷം സെന്തിൽ വിദൂരമായി നോക്കിനിൽക്കുന്നത് കണ്ടു. കൃതികയുടെ അഹിതമായ വാക്കുകൾ ശ്രദ്ധാപൂർവം കെട്ടിരുന്ന വിഷ്ണു പതിയെ എഴുന്നേറ്റു.

'അവൾ തിരക്കി വന്നത് നിന്നെയല്ല. നിന്നിലൂടെ അവൾ ആരെയോ ലക്ഷ്യംവെച്ചിരിക്കുന്നു. അവളുടെ മുഖംപോലും കാണാത്ത നിന്നെ ഇത്രകണ്ട് ഭയപ്പെടുത്തുന്നതെങ്കിൽ നമ്മൾ ഇതുവരെ കണ്ടതും കേട്ടതുമായ ദുരാത്മാക്കളിൽ നിന്നും അവൾ പൈശാചികമാണ്."

സെന്തിലിന്റെ വാക്കുകൾ ഇരുവരുടെ മനസ്സിലും പരിഭ്രമത്തിന്റെ അജ്ഞത നിറച്ചു. പലതും ഉള്ളിൽ ആവാഹിച്ചു. മനസ്സിനേറ്റ ആഘാതം പുറത്തുവരാതിരിക്കാൻ കൃതിക നന്നേ പ്രയാസപ്പെട്ടു. അവളുടെ വാക്കുകളുടെ തീക്ഷ്ണത പുതിയൊരു അദ്ധ്യായത്തിന് വഴിയൊരുക്കുകയാണ്.

"ഇനി ആ ദുരാത്മാവിനെ ഇല്ലാതാക്കാൻ എന്താ വഴി. ഒരുപക്ഷെ അവൾക്ക് നൽകിയ വാക്കിനാൽ എന്റെ ജീവൻ ഇല്ലാതായിരിക്കാം."

വിഷ്ണുവിന്റെ മനസ്സിൽ ചില നിർണ്ണയങ്ങൾ പ്രതീക്ഷകൾക്ക് വഴിയൊരുക്കി.

"മഹാമാന്ത്രികൻ നാഗാന്തകനെ വരുത്താം."

"നാഗാന്തകനോ?"

കൃതികയുടെ മിഴികളിലും വാക്കുകളിലും ആകാംക്ഷയുടെ നുര പതഞ്ഞു.

"നഗ്നനേത്രങ്ങൾക്കും അദൃശ്യതയ്ക്കും അതീതമായ ശക്തിയെ കണ്ടെത്തി ഉന്മൂലനം ചെയ്യാൻ അദ്ദേഹത്തിനെ സാധിക്കൂ". വിഷ്ണുവിന്റെ വാക്കുകൾക്ക് ഒപ്പം സെന്തിൽ ചിലത് കൂട്ടിച്ചേർത്തു.

"വെറുമൊരു മാന്ത്രികൻ പോരാ. നിരൃതിയായ ദുരത്മാവിനെ ബന്ധിക്കുന്നത് ദുർഘടംപിടിച്ച കാര്യമാണ്."

നിർണയങ്ങൾ എടുക്കുമ്പോൾ പലയാവർത്തി അതിനെക്കുറിച്ച് ധാരണ വേണം. ഇരുവർക്കും സെന്തിലിന്റെ വാക്കുകളിൽ അതൃപ്തി തോന്നി. പക്ഷേ കൃതികയും വിഷ്ണുവും അഹിതമായ അന്തർഗ്ഗതവുമായി മുൻപിലേക്ക് പോകാൻ തീരുമാനിച്ചു. സെന്തിലിന്റെ മനസ്സ് മറ്റൊന്നിലേക്കോ കേന്ദ്രീകൃതമായിരുന്നു.

അതൊരുപക്ഷെ അവന്റെ കഴിവുകേടോ ബലഹീനതയോ അല്ല. വാക്കുകൾക്ക് പ്രസക്തിയില്ലാത്തിടത്ത് വാചാലനാകുന്നതിനേക്കാൾ എന്തുകൊണ്ടും മൗനിയായി തുടരുന്നതാണ് അനുയോജ്യം.

"അദ്ദേഹത്തിന്റെ ശിഷ്യന്റെ നമ്പർ ഒരിക്കൽ ഞാൻ വാങ്ങിയിരുന്നു. ഞാൻ ഒന്ന് തിരക്കി നോക്കാം." വിഷ്ണു പതിയെ പുറത്തേക്കിറങ്ങി. തത്സമയം കൃതിക സെന്തിലിന്റെ അസാധാരണ പെരുമാറ്റത്തിൽ നോക്കിയിരുന്നു. പലതും ചോദിക്കാൻ അവൾ മടിച്ചു. പുറത്തുനിന്നും തിരികെ മടങ്ങിയെത്തിയ വിഷ്ണു ഇരുവരോടും പറഞ്ഞു.

"അദ്ദേഹം ഇവിടെ അടുത്തൊരു ക്ഷേത്രത്തിൽ വന്നിട്ടുണ്ട്. കൃതിക തനിക്ക് നാളെ എന്റെ കൂടെ ഒന്ന് വരുന്നതിൽ വിരോധമുണ്ടോ"

"ഞാൻ വരാം. അടുത്തെന്ന് പറയുമ്പോ?"

"ഏകദേശം രണ്ട്കാതം ദൂരമുണ്ട്. രാവിലെതന്നെ പുറപ്പെടണം. അമ്മയോട് താൻ ഒന്ന് പറഞ്ഞേക്ക്."

വിഷ്ണു സെന്തിലിന്റെ പരാമർശങ്ങൾക്ക് കാത്തുനിൽക്കാതെ അവിടെനിന്ന് മുറിയിലേക്ക് പോയി. കൃതിക അവർ രണ്ടുപേർക്കിടയിൽ നിന്ന് വെട്ടിവിയർത്തു. ഇപ്പോൾ സംഭവിച്ചുകൊണ്ടിരിക്കുന്ന എല്ലാദൃശ്യത്തിനും പടയെടുപ്പിനും താനാണ് കാരണഭൂതയെന്ന് സ്വമേധയാ വിധിയെഴുതി.

പരന്നൊഴുകുന്ന നദിതീരത്ത് പനയോല കൊണ്ട് മേഞ്ഞ യാഗശാല. സംസ്കൃത മന്ത്രങ്ങളും ശ്ലോകങ്ങളും അലയടിക്കുന്ന ആ തീരത്തിനോട് ചേർന്നുള്ള ആൽമരത്തിന്റെ കീഴിലിരിക്കുന്നു ഇരുവർ.

കൃതികയുടെ മനസ്സിൽ മറ്റെന്തോ സംശയങ്ങൾ കിടന്ന് തിക്കിഞെ

രുങ്ങി

"എന്നാലും സെന്തിൽ എന്താ വരാതിരുന്നത്? എല്ലാം അറിയാനുള്ള ആവേശത്തിലിരുന്നിട്ട് കാര്യത്തോട് അടുത്തപ്പോൾ ഒരു പിന്തിരിപ്പൻ സ്വഭാവത്തെ പ്രകടിപ്പിച്ചു."

കാത്തിരുന്ന് മുഷിഞ്ഞോ. ഘനഗാംഭീര്യമുള്ള ശബ്ദം ശ്രവിച്ചു ഇരുവരും തിരിഞ്ഞു നോക്കി. ഏതുയക്ഷിയും കാഴ്ചയിൽ കണ്ടാൽ ഭയപ്പെടുന്ന ശരീരവും തലയെടുപ്പും. പേരുപോലെ തന്നെ കാഴ്ചയിൽ തികഞ്ഞ ആയുധാഭ്യാസി പോലെ. നാഗാന്തകനെ കണ്ടതും പാദങ്ങൾ തൊട്ടുവണങ്ങി. കൃതിക കൈകൾ കൂപ്പി തന്റെ ആദരസൂചകം അറിയിച്ചു. എങ്കിലും അവൾ ആ ചിന്തകളിൽനിന്നും പുറത്ത് വന്നിരുന്നില്ല.

"ഇരിക്കൂ," അവരോടൊപ്പം നാഗാന്തകനും ആൽത്തറയിൽ ഇരുന്നു.

"നിങ്ങളുടെ മുഖമെഴുത്ത് മനസ്സിനുള്ളിലെ കലുഷിതമായ ചിന്തകളെ പ്രതിഫലിപ്പിക്കുന്നു. എന്താ പറയാനുള്ളത്."

തിരുമേനി ചമ്രംപടിഞ്ഞിരുന്ന് മിഴികൾ ചേർത്തടച്ചു ധ്യാനിച്ചു. വിഷ്ണു ചുരുങ്ങിയ വാക്കുകളിൽ നടന്ന സംഭവങ്ങൾ പുനഃസൃഷ്ടിച്ചു.

"ഭയപ്പെടാതിരിക്കൂ. ഇനി ആരുടെയും രക്തക്കറ അവിടെ വീഴാൻ ഇടവരില്ല".

എല്ലാം നേരിട്ടുകണ്ട ദൃക്സാക്ഷി എന്ന രീതിയിൽ അദ്ദേഹം കൃതികയോട് ചോദിച്ചു.

"കുട്ടി മുഖം കണ്ടില്ല അല്ലേ".

അവൾ തലവെട്ടിച്ചു ഇല്ലെന്ന് ആംഗ്യം കാണിച്ചു.

"ഭയപ്പെടാതിരിക്കൂ. ഇവിടത്തെ യജ്ഞം രണ്ടുദിവസത്തിനുള്ളിൽ പരിസമാപ്തിയിലെത്തും. ദേവപ്രീതിയ്ക്ക് വേണ്ടി നടത്തുന്ന യജ്ഞം പാതിവഴിയിൽ ഉപേക്ഷിച്ചു വരുന്നത് ഭൂഷണമല്ല. അതിനാൽ നമുക്ക് ഇതിനുള്ള പ്രതിപ്രവർത്തനങ്ങൾ ഈ വരുന്ന വാരാന്ത്യത്തിൽ ചെയ്യാം".

"തിരുമേനി ഞങ്ങളാരെങ്കിലും സഹായത്തിന്?"

"ആരും വേണമെന്നില്ല. തനിയെയാണ് പല യാത്രകളും ഞാൻ ചെയ്യുന്നത്.. നിങ്ങൾ ചെയ്യേണ്ടത് ഇത്രമാത്രം. ശേഷിക്കുന്ന സെക്യൂരിറ്റിയെ അവിടെനിന്ന് മാറ്റണം. അന്തരീക്ഷവും ഇടവും നമുക്ക് അനുകൂലമായിരിക്കണം. വരുന്ന വെള്ളിയാഴ്ച അർദ്ധരാത്രി ദിനമുറപ്പിക്കൂ.. അന്തിമവിജയം നമുക്കായിരിക്കും."

ഇരുളിന്റെ മറവിൽ കൃതികയെ ഭയപ്പെടുത്തിയ കോട്ടേജ്സിൽ സ്തംഭനകർമ്മങ്ങൾക്കുള്ള ഒരുക്കങ്ങൾ ചെയ്തു. വർണ്ണധൂളികളിൽ മന്ത്രകളങ്ങളെഴുതി. തിരുമേനിയുടെ ഉപകരണങ്ങളും തയ്യാറായി.

"ഈ ദീപനാളത്തിൽ നിന്നും ആവാഹനകർമ്മത്തിന്റെ ആരംഭം തുടങ്ങട്ടെ".

വിളക്കിലേക്ക് ആദ്യനാളം തെളിയിച്ചതും മൂടൽ അകറ്റി പ്രകാശം അകത്തളത്തിൽ പരന്നു. ആമിത്രയായി നാഗാന്തകന്റെ മുൻപിൽ അവൾ നിൽക്കുന്നു. അഭീതനായി അയാൾ അവളുടെ നേരെ പരിഹാസത്തോടെ വാചാലനായി.

"ഹ..ഹ..ഹ.." ആർത്തലച്ച അട്ടഹാസം മുഴങ്ങി.

"പൂജാവിധി ആരംഭിക്കുന്നതിന് മുൻപേ വിളക്ക് കൊളുത്തിയപ്പോഴേക്കും നീ വെളിച്ചമില്ലായ്മയിൽ നിന്നും ദൃശ്യതയിലേക്ക് പ്രവേശിച്ചിരിക്കുന്നു. നിനക്ക് മന്ത്രങ്ങളുടെയും തന്ത്രങ്ങളുടെയും ആവശ്യകതയില്ല. തീർത്തും എന്റെ സാനിധ്യം കൊണ്ട് തന്നെ നീയെന്റെ ശക്തികൾക്ക് മുൻപിൽ കീഴടങ്ങിയിരിക്കുന്നു".

അവന്റെ വാക്കുകൾ തീരുന്നതിന് മുൻപേ അവൾ പൊട്ടിച്ചിരിച്ചു. അവന്റെ ശബ്ദത്തേക്കാൾ അതിഘോരമായ ഗർജ്ജനം.

"ഹ ഹ ഹ... നയമൊഴി നിർത്തൂ. ഇവിടെ പ്രതീക്ഷിച്ചതും കാത്തിരുന്നതും നിന്നെയല്ല.. മറ്റൊരാൾക്ക് വേണ്ടി വിരിച്ചവലയിൽ ഇരയായത് നീ. അവളെ മുൻനിർത്തി ഞാൻ പകർന്നാടിയ മായാമാന്ത്രികതയിൽ നിന്നും അവൻ ഇഴകളുടെ വ്യത്യാസത്തിൽ രക്ഷപ്പെട്ടു. എല്ലാം വിധിയുടെ വൈഭവം!"

അവളുടെ ഗർജ്ജനം പ്രകൃതിയിൽ ഉപരീതകമായി പൊടുന്നനെ കമ്പനമേൽപിച്ചുകൊണ്ട് ഗർജ്ജിതമായി മാറി. തത്സമയം അവളുടെ വാക്കുകൾക്ക് ഇരട്ടിശബ്ദത്തിന്റെ പിൻബലമുണ്ട്.

തറയിലൂടെ കരിനാഗങ്ങൾ ഇഴഞ്ഞു. നാഗങ്ങൾക്ക് അയാളുടെ ശരീരത്തിൽ സ്പർശിക്കാനോ ഹാനി വരുത്താനോ കഴിയില്ല. അയാൾ നാഗങ്ങളുടെ അന്തകനാണ്. കരിയിലകൾ ചുഴറ്റി അകത്തളത്തിൽ വന്നു പതിച്ചു. വിളക്കുകൾ അണഞ്ഞു. ധൂളികൾക്കിടയിലൂടെ അടുത്തേക്ക് വരുന്ന സ്ത്രീരൂപം മാന്ത്രികൻ കണ്ടു. മിഴികളിൽ ഇരുൾ പടർന്നുകയറി ചതിപ്രയോഗത്തിൽ അകപ്പെട്ടു എന്ന് തിരിച്ചറിഞ്ഞപ്പോഴേക്കും അവളുടെ കാലടികളിൽ കിടന്ന് ശിരസ്സ് പിടച്ചു. അവസാന വിളക്ക് തറയിലൂടെ ഉരുണ്ടുനീങ്ങിയ സ്വരത്തോടെ അന്തരീക്ഷം നിശ്ചലമായി.

ആറ്

അന്നത്തെ രാത്രിയ്ക്ക് ദശരാത്രത്തിന്റെ ദൈർഘ്യം ഉള്ളതുപോലെ അനുഭൂതിയായി. മുറിയിൽ ചെന്നുകിടന്നെങ്കിലും ഇരുവർക്കും ഉറക്കം പിടിയ്ക്കാൻ ഒരുപാടുനേരം വേണ്ടിവന്നു. നാഗാന്തകന്റെ ഫോൺകോളിന് വേണ്ടിയുള്ള കാത്തിരിപ്പ് ഒരു അവസാനം ഇല്ലേ.

കാത്തിരിപ്പുകളിൽ മനസ്സിൽ അമർഷം തോന്നി. വിഷ്ണു പുലർച്ചയോട് അടുത്തപ്പോൾ മയങ്ങിത്തുടങ്ങിയ നിമിഷം ഫോൺ അടിച്ചു.

"ഹലോ.."

"എന്താ?"

"ഞാനിപ്പോ അവിടെയെത്താം."

പടികെട്ടിറങ്ങി താഴെ വന്ന വിഷ്ണു സെറ്റിയിലിരിക്കുന്ന കൃതികയെ കണ്ടു.

"എഴുന്നേറ്റോ. ഇന്നലെ ഇവിടെയാണോ കിടന്നത്".

"അതിന് കിടന്നിട്ട് വേണ്ടേ എഴുന്നേൽക്കാൻ. ഇരുട്ടിന്റെ രാത്രിയിൽ എന്താ അവിടെ സംഭവിച്ചതെന്ന് അറിയാതെ മനസ്സ് കിടന്ന് പിടയ്ക്കുകയാണ്".

ഫോൺ വന്നകാര്യം വിഷ്ണു കൃതികയെ അറിയിച്ചു. വിഷ്ണുവിന് പിന്നാലെ കൃതികയും അവിടേക്ക് വരാൻ തയ്യാറായി. ഇരുവരും കോട്ടേജ്സിലെത്തി. അവിടെ എത്തിയപ്പോൾ സെക്യൂരിറ്റി ഓടിവന്നു നിന്ന് കിതച്ചുകൊണ്ട് പറഞ്ഞു.

"സർ, കതക് തല്ലിതകർത്തത് പോലെ വല്ല മോഷണശ്രമമാണോ എന്നറിയില്ല. രാവിലെ വന്ന് നോക്കുമ്പോൾ കണ്ട കാഴ്ചയിതാണ്.."

"പോലീസിനെ അറിയിക്കണോ?"

'പോലീസോ എന്തിന് അതിന്റെ ആവശ്യമില്ല. ഇതു കണ്ടെത്താൻ നമുക്ക് കഴിയും വരൂ" കൃതികയും, സെക്യൂരിറ്റിയും വിഷ്ണുവിനെ പിന്തുടർന്നു.. കോട്ടേജ്സിലേക്ക് അടുക്കുംതോറും അലക്ഷ്യമായി വിഹ

രിക്കുന്ന കടവവ്വാലുകളുടെ ഉപദ്രവം കൂടി. ഇരുളിന്റെ യാമങ്ങളിൽ അരങ്ങേറിയ ദുരന്തനാടകങ്ങളുടെ അടയാളങ്ങൾ വെളിപ്പെടുത്തി. രാഹുവിനാൽ ഗ്രഹിക്കപ്പെട്ട ചന്ദ്രനെപോലെ ദുരാത്മാവിന്റെ പ്രഹരം കൊണ്ട് ചുമരിൽ വലിച്ചടിച്ച മാന്ത്രികന്റെ രക്തകറ തൊട്ടുനോക്കി വിഷ്ണു മുറിയിലൂടെ മിഴികളോടിച്ചു. അലങ്കോലമായ പൂജാദ്രവ്യങ്ങൾക്കിടയിൽ ചിതറിക്കിടക്കുന്ന രുദ്രാക്ഷങ്ങൾ, സ്ഥാനം തെറ്റിചലിച്ച നിലവിളക്കുകൾ,

അസംഭവ്യം, അദ്ദേഹവും ഇവിടെനിന്ന് അന്തർദ്ധാനം ചെയ്തിരിക്കുന്നു. പതറിയ മനസ്സോടെ കൃതിക തിരിഞ്ഞു നടന്നു.

ദേഷ്യമാണോ സങ്കടമാണോ മനുഷ്യവിചാര ഗതിയിൽ അവൾ വിഷ്ണുവിനോട് തട്ടി കയറി. സെക്യൂരിറ്റിയോട് കതകടച്ചു പൂട്ടാൻപറഞ്ഞുകൊണ്ട് വിഷ്ണു കാറിലേക്ക് കയറി. ഈ സമയം കൃതികകാറിൽ വന്നിരുന്നിരുന്നു.

ഇരുവരുടെ വരവും പ്രതീക്ഷിച്ചു സെന്തിൽ വരാന്തയിൽ തന്നെ ഇരിക്കുന്നു. അപടകസൂചന ആദ്യമേ മനസ്സിലാക്കിയ മട്ടിൽ. അദ്ദേഹത്തിന്റെ മുഖത്തിന്റെ പ്രസരിപ്പ് നഷ്ടമായിരിക്കുന്നു.

കാറിലിരുന്നാലും കൃതികയുടെ മനസ്സിൽ ഓർമ്മകൾ മരിക്കുകയാണെന്ന് തോന്നി. നമ്മുടെ ചിന്തകൾക്കും ഉൾക്കാഴ്ചകൾക്കും അതീതമായി എന്തോ സംഭവിച്ചിരിക്കുന്നു. മനുഷ്യബലിയിലൂടെ അവളുടെ ശക്തികൾ വെളിപ്പെടുത്തുന്നു. സെന്തിലിന്റെ സമീപത്തെത്തിയ കൃതികയും വിഷ്ണുവും പരസ്പരം ഒന്നകന്നു നിന്നു.

“എന്ത് സംഭവിച്ചു?”

ആരും ഒന്നും സംസാരിക്കുന്നില്ല.

“ഇനിയൊരു പരീക്ഷണം വയ്യ. നമ്മൾ ചിന്തിച്ചതും പ്രവർത്തിച്ചതുമൊന്നുമല്ല അവൾ.” കൃതിക പെട്ടെന്ന് മറുപടി പറഞ്ഞു.

“നമുക്ക് പിന്മാറാം”.

അവളുടെ മനസ്സിന്റെ ഗദ്ഗദം കണ്ണുനീർത്തുള്ളികളായി പൊഴിഞ്ഞു..

“കരയരുത്.”

“നിങ്ങൾ പറഞ്ഞതെല്ലാം ചേർത്തുവെച്ചു നോക്കുമ്പോൾ ഇതൊരുപക്ഷെ എനിക്ക് വെച്ച കെണിയായിരിക്കാം. അതിൽ ജീവൻ നഷ്ടമാകാനാണ് ആ മാന്ത്രികന്റെ വിധി.. ഇതിന്റെ യാഥാർത്ഥ്യം എന്തെന്ന് ഇനിയെങ്കിലും കണ്ടെത്തിയില്ലെങ്കിൽ ഇനിയും ഇവിടെ മരണങ്ങളുടെ ഘോഷയാത്രയായിരിക്കും.”

സെന്തിലിന്റെ വാക്കുകൾ ഇരുവർക്കും മനോധൈര്യം നൽകാൻ പരിശ്രമിച്ചു. വിഷ്ണു അദൃശ്യമെന്ന ഗ്രന്ഥത്തെ കുറിച്ചു ഒരിക്കൽ കൂടി സെന്തിലിനെ ഓർമ്മപ്പെടുത്തി. ഒരുനിമിഷം മുറിയിലേക്ക് എഴുന്നേറ്റുപോയ സെന്തിൽ തിരികെയെത്തിയപ്പോൾ കൈപിടിയിൽ അദൃശ്യവും ഉണ്ടായിരുന്നു. ഗ്രന്ഥത്തിന്റെ അവസാന മുറിതാളുകളിൽ കുറിച്ച വാചകങ്ങളിൽ ചില അക്ഷരങ്ങൾ കൂട്ടിചേർത്ത് സെന്തിലിൽ വായിച്ചു.

'മായാമാന്ത്രികതയ്ക്കും മന്ത്രങ്ങൾക്കുമുള്ള പരിമിതികൾ ഒരു ചട്ടകൂട് മാത്രമാണ്. മഹാമാന്ത്രികന്റെ സ്വജീവനെപോലും ദുരന്തമുഖത്തിലേക്ക് നയിക്കുന്ന ശക്തികൾ ഇന്നും ഭൂമിയിൽ മറഞ്ഞിരിക്കുന്നു. സ്തംഭങ്ങൾ പോലും പിളർക്കുന്ന അവരുടെ ശബ്ദഭേരികൾ പ്രപഞ്ചത്തിൽ വിസ്ഫോടനങ്ങൾ സൃഷ്ടിക്കുന്നു. ഈ അദൃശ്യം പൂർത്തിയാക്കാൻ എനിക്ക് സാധിക്കുമോ എന്നറിയില്ല. എനിക്കുചുറ്റും മരണത്തിന്റെ മെതിയടി ശബ്ദം ഇന്നും ചുറ്റിത്തിരിയുന്നു'. ഗ്രന്ഥത്തിലെഴുതിയതും സെന്തിലിന്റെ വാക്കുകളും കേട്ടപ്പോൾ ഇരുവരും പ്രതീക്ഷയോടെ തല ഉയർത്തി... ആ മുഖങ്ങളിൽ ഒരു ധൈര്യം വന്നത് പോലെ...

"നിങ്ങളെ എന്തിനാണ് ആ ദുരാത്മാവ് പിന്തുടരുന്നത്. അവൾ തീർത്തും വൈരാഗിയാവാനുള്ള കാരണം എന്താണ്?"

വിഷ്ണുവിന്റെ വാക്കുകളുടെ അഭ്യൂഹം മനസ്സിലാക്കിയ സെന്തിൽ സ്വമേധയാ തുറന്നുപറച്ചിലുകൾക്ക് വിധേയനായി.

"ദേവാംഗന അവളെപ്പോഴും എനിക്ക് ചുറ്റിലും ഒരു മായാശക്തി പോലെ പിന്തുടരുന്നു. ധനഞ്ജയന്റെ കാലശേഷം മനയിൽ മാന്ത്രികരുടെ സാന്നിധ്യം തീർത്തും ഉണ്ടായിരിക്കുകയില്ലെന്ന് മനസ്സിലാക്കിയ ഒരാൾ എന്നെ തേടിയെത്തിയിരുന്നു. ആദ്യമായും അവസാനമായും ഉള്ള ഒരു കൂടിക്കാഴ്ചയായിരുന്നു അത്."

ഭൂതകാലത്തിന്റെ പടിക്കെട്ടുകൾ ഇറങ്ങിച്ചെന്ന സെന്തിൽ പലതും ഓർത്തെടുക്കാൻ ശ്രമിച്ചു.

ആറേഴ് വർഷങ്ങൾക്ക് മുൻപ്..

വൈശാഖമാസത്തിലെ മഹാപൂർണ്ണിമ. അഗ്രഹാരതെരുവിൽ കോലംവരച്ചിട്ടിരിക്കുന്ന നിരത്തിലൂടെ ഒരാൾ അവിടെയെത്തി. വെളുത്ത മുണ്ടും കറുത്ത ഷർട്ടാണ് അയാൾ ധരിച്ചിരിക്കുന്നത്. കുറ്റിത്താടിയുടെ അടയാളങ്ങൾ അയാളുടെ മുഖത്തു തെളിഞ്ഞു കാണാമായിരുന്നു. ഏകദേശം മുപ്പത് കടന്ന് പ്രായം.

വാതിൽ തുറന്ന പത്മയുടെ വാക്കുകൾക്ക് മുൻപിൽ അയാൾ ഒന്നും മിണ്ടാതെ നിന്നു.

അസാധാരണമായ പെരുമാറ്റം പത്മയിൽ ഭയം നിറച്ചു.

"സെന്തിൽ"

"എന്താ അമ്മേ"

"നിന്നെ കാണാൻ ആരോ വന്നിരിക്കുന്നു. ചോദിച്ചിട്ട് ഒന്നും പറയുന്നില്ല. എന്താ കാര്യമെന്ന് തിരക്കൂ."

അവർ അടുക്കളയിലേക്ക് തിടുക്കപ്പെട്ടു നടന്നു. പുറത്തേക്ക് നടന്നുവന്ന സെന്തിൽ അപരിചിതനായ അയാളോട് ചോദിച്ചു.

"യാര്. ഇത്ക്ക് മുന്നാട്ടി നിൻങ്കളെ ഇങ്ക് പാത്തതില്ല."

"കുറച്ചു ദൂരെനിന്നാണ് പറഞ്ഞാൽ അറിയില്ല."

"നാട്ടിൽ നിന്നാണല്ലേ. അകത്തേക്ക് ഇരിക്കാം."

"ഇല്ല. നമുക്ക് കുറച്ചൊന്ന് നടക്കാം. വിഷയം കുറച്ചു ഗൗരവമുള്ളതാണ്".

സെന്തിൽ പുറത്തേക്ക് ഇറങ്ങി ആര്യന്റെ ഒപ്പം നടന്നു. അഗ്രഹാര തെരുവിന്റെ വാതിലുകളെല്ലാം അടഞ്ഞു കിടക്കുന്നു. കൊച്ചുകുട്ടികൾ കുറച്ചുമാറിനിന്ന് തലപ്പന്ത് കളിക്കുന്നു.

അന്ത്യത്തിലുള്ള ആൽമരത്തിന്റെ ചുവടിനെ ലക്ഷ്യംവെച്ചുകൊണ്ട് ഇരുവരും നടന്നു.

"ഇനിയെന്താ നിങ്ങൾക്ക് പറയാനുള്ളത്."

"മലയാളം ഇപ്പോഴും മറന്നിട്ടില്ല അല്ലേ."

"ഞാൻ ഇപ്പോൾ നിന്നെ തേടിവന്നത് മഹാമാന്ത്രികൻ ധനഞ്ജയൻ പറഞ്ഞിട്ടാണ്. നിന്നെ കൂട്ടികൊണ്ട് ചെല്ലാൻ അറിയിച്ചിട്ടുണ്ട്."

അവനെ ഏല്പിച്ചകാര്യങ്ങൾ ചുരുങ്ങിയ വാക്കുകളിലൂടെ സെന്തിലിനോട് തുറന്നു പറഞ്ഞു.

"ഞാൻ വരാം"

വേഷം മാറണം. എന്ന് പറഞ്ഞുകൊണ്ട് അവന്റെ അടുത്തുനിന്ന് നടന്നകന്നു. അകത്തളത്തിൽ പോയി ഷർട്ട്മാറി വന്ന സെന്തിൽ അമ്മയുടെ പിൻവിളിയിൽ നിന്നുപോയി

"നീ ഇതെവിടെയ്ക്കാ ഇത്ര തിടുക്കപ്പെട്ട്. അയാൾ പോയോ?"

"ഇല്ല. ഞാനിതാവരുന്നു."

ആര്യൻ കൊണ്ടുവന്ന കാറ് സെന്തിലിനെയും കൊണ്ട് മുൻപിലേക്ക് നീങ്ങി. വണ്ടിയിലിരുന്ന് പലതിനേം കുറിച്ചും ഭാവനാസൃഷ്ടിയിലൂടെ വ്യാഖ്യാനിച്ചു.

ആൾത്തിരക്കിൽ നിന്ന് കുറച്ചുമാറിയുള്ള പ്രദേശം. ഓട്പാകിയ ഇടത്തരം വീട്.

കാറിൽ നിന്നിറങ്ങി ഇരുവരും അകത്തേക്ക് കയറി.

സെന്തിൽ അദ്ദേഹത്തിന്റെ കാലുകൾതൊട്ടുനമസ്കരിച്ചു.

ആദ്യമായി കാണുകയാണ് ഇരുവരും.

"മകനെ നിന്നെ ജീവിതത്തിൽ ഒരിക്കലെങ്കിലും കാണണമെന്നുള്ള ആഗ്രഹമുണ്ടായിരുന്നു. അതിന് വേണ്ടിയുള്ള കാത്തിരിപ്പുകൾ തുടങ്ങിയിട്ട് സംവൽസരങ്ങൾ എത്രകഴിഞ്ഞു".

"അമ്മാവാ ഒരുപാട് സന്തോഷം തോന്നുന്നു. ഇതുപോലൊരു കൂടിക്കാഴ്ച ഞാനും മനസ്സിൽ കണ്ടിരുന്നു. പലപ്പോഴും അമ്മപറയാറുണ്ടായിരുന്നു എല്ലാവരെയും കാണാൻ പോകാമെന്ന്. പക്ഷേ ഭയപ്പെടുത്തുന്ന കഥകൾ അമ്മയുടെ ചിന്തകളെ പിന്നിലേക്ക് വലിച്ചു."

"ഒരുപാട് നാളത്തെ കാര്യങ്ങൾ ചോദിച്ചറിയാൻ ഉണ്ട്. നമ്മുടെ സമ്പ്രദായത്തിന്റെ രീതിയിലാണോ വളർന്നതൊക്കെ.."

"അമ്മ അതേ ചിട്ടയ്ക്ക് അനുസരിച്ചാണ് വളർത്തിയത്. ആദ്യത്തെ ഗുരുനാഥൻ അച്ഛൻതിരുമേനി തന്നെ. പിന്നീട് ഉപനയനം കഴിഞ്ഞതിൽ പിന്നെ ഇവിടെയടുത്തുള്ള ആചാര്യന്റെ കൂടെ പരികർമ്മിയായി പോകുന്നുണ്ട്."

"നല്ലത്. ഞാനിവിടെ നിന്നെ തേടി വന്നതിന് വ്യക്തമായ ഒരു കാരണമുണ്ട്. മാന്ത്രികരുടെ ചോരയ്ക്കും പകരം ചോദിയ്ക്കാൻ ഒരാളുണ്ടെന്ന് നീ ആ ദുരാത്മാവിനെ ബോധ്യപ്പെടുത്തണം".

ധനഞ്ജയന്റെ വാക്കുകൾ ശ്രവിച്ചു ഭ്രമയിലാഴ്ന്നുപോയ സെന്തിൽ അദ്ദേഹത്തിന്റെ വാക്കുകളുടെ അർത്ഥം മനസ്സിലാക്കി. ഇതുവരെ യാതൊരു മുൻധാരണയും ഇല്ലാതിരുന്ന എനിക്ക് ഒരുപാട്കാര്യങ്ങൾ ചെയ്ത് തീർക്കാനുണ്ടെന്ന പൂർണ്ണബോധ്യത്തിലേക്ക് ധനഞ്ജയന്റെ വാക്കുകൾ കൊണ്ടെത്തിച്ചു.

"എന്റെ മരണനിമിഷവും അവളുടെ കൈകളാൽ എഴുതപ്പെട്ടിരിക്കുന്നു. ഇനിയെത്രനാൾ ഉണ്ടെന്ന് അറിയില്ല".

ധനഞ്ജയന്റെ വാക്കുകൾ സെന്തിലിന്റെ മനസ്സിൽ ധൈര്യം നിറച്ചു. അവനെ അടുത്ത മാന്ത്രികനാക്കാനുള്ള തയ്യാറെടുപ്പുകൾ നടത്താനുള്ള തീരുമാനം എടുത്തു. തറവാട്ട്മാന്ത്രികരുടെ രക്ഷകെട്ടിയ മയൂരകങ്കണം തിരുമേനി കയ്യിൽ നിന്നഴിച്ചു അവന്റെ വലത്തെകയ്യിലണിയിച്ചു.

"എന്നും നീ ഒരുകാര്യം മനസ്സിൽ സൂക്ഷിക്കണം. അവളെ തളയ്

ക്കാൻ നമ്മളിപ്പോൾ നേടിയ സിദ്ധികൾ മതിവരാതിരിക്കും. പ്രതിയോഗിയുടെ ശക്തികളെ പൂർണ്ണമായി മനസ്സിലാക്കാതെ എടുത്തുചാടിയാൽ നമ്മുടെ ജീവൻ തന്നെ അപായപ്പെടാൻ ഇടവരും. ഒരാൾക്ക് പകർന്നു നൽകുന്ന സിദ്ധികൾക്കും അറിവുകൾക്കും പരിമിതികളുണ്ട്. സ്വയം ആർജിച്ചെടുത്ത സിദ്ധികൾ നല്ലരീതിയിൽ പ്രയോജനപ്പെടുത്തുമ്പോഴാണ് അതിന്റെ മൂർച്ച അധികമാകുന്നത്. പറയുന്നതെല്ലാം മനസ്സിലാകുന്നുണ്ടോ? നമുക്ക് ആരംഭിക്കാം."

ധനഞ്ജയൻ സെന്തിലിന് മന്ത്രോപദേശം പകർന്നു നൽകി. മരണത്തെ മുഖാമുഖം കാണുന്ന അവസ്ഥയിലാണ് തായ്‌വഴിയിലേക്ക് മന്ത്രോപദേശം നൽകണമെന്നാണ് ശാസ്ത്രം. പക്ഷേ ശാസ്ത്രങ്ങളൊക്കെ മനുഷ്യർ ഉണ്ടാക്കിയതല്ലേ. ദേവാംഗനയുടെ ക്രൂരഹത്യക്ക് കീഴടങ്ങിയാൽ ഈലക്ഷ്യം പൂർത്തിയാകാതെ ഭൂമിയിൽ നിന്നും വിടപറയേണ്ടിവരും. അദ്ദേഹത്തിന്റെ മരണശേഷം മന്ത്രതന്ത്രങ്ങളിലൂടെ അദൃശ്യമാകുന്ന അപൂർവ്വസിദ്ധികൾ അദ്ദേഹത്തോടൊപ്പം കാലഹരണപ്പെടാതിരിക്കാനാവാം. ആ സിദ്ധികൾ അവന് പകർന്നു നൽകിയത്.

താളിയോല ഗ്രന്ഥങ്ങളിൽ ലേഖനം ചെയ്തിരിക്കുന്ന കൺകെട്ട് വിദ്യ ഇന്നുവരെ ആരും പ്രവർത്തിച്ചുനോക്കിയിട്ടില്ല.

പൂജാവസാന സമയേ ഗുരുതുല്യനായ അമ്മാവനെ സാഷ്ടാംഗം പ്രണമിച്ചു.

"ഒരിക്കലും അഥർവ്വവേദ മന്ത്രങ്ങൾ പ്രയോഗിക്കാതിരിക്കുക. മന്ത്രങ്ങൾ പിഴച്ചാൽ അപകടമാണ്.." അവനെ ചേർത്തുപിടിച്ചു അദ്ദേഹം പൊട്ടിക്കരഞ്ഞു.

"ഞാനിവിടെ വന്നത് അമ്മ അറിയാനിടവരരുത്. അകൽച്ചകൾ അങ്ങനെ തന്നെ നിലനിൽക്കട്ടെ.. പെട്ടെന്ന് എനിക്കെന്തെങ്കിലും സംഭവിച്ചാൽ അവർക്കത് ഉൾക്കൊള്ളാൻ കഴിയില്ല."

"ഇല്ല അമ്മാവാ. ഈ കൂടിക്കാഴ്ച രഹസ്യമായിരിക്കും. എന്റെ മനസ്സിന്റെ ഇരുളറയിൽ ഭദ്രമായിരിക്കും". സെന്തിൽ അമ്മാവനെ ചേർത്തുപിടിച്ചു പറഞ്ഞു.

അധികം താമസിക്കാതെ തിരുമേനിയും ആര്യനും അവിടെനിന്ന് ഇറങ്ങാൻ തുടങ്ങി.

"ആര്യൻ നമ്മുടെ കാര്യസ്ഥന്റെ മകനാണ്. നീ അവിടെ വരുമ്പോൾ സഹായത്തിന് അവനുണ്ടാകും."

ഇരുവരുടെയും മടക്കയാത്ര നോക്കി ഞാൻ നിന്നു. കുറച്ചു നാളു

കൾ കഴിഞ്ഞ് ഒരു ദിവസം ആര്യന്റെ ഫോൺകോളിൽനിന്നും അമ്മാവന്റെ തിരോധാനം അറിഞ്ഞു പൊട്ടികരയാനല്ലാതെ എനിക്ക് ഒന്നും ചെയ്യാൻ കഴിഞ്ഞില്ല

പെട്ടെന്ന് ഒരു ഞെട്ടലോടെ സെന്തിൽ സ്മൃതികളിൽ നിന്നും പുറത്തുവന്നു.

നിലാവിന്റെ പുഴനീന്തിവരുന്ന ദേവാംഗനയെന്ന ദുരാത്മാവിലേക്കുള്ള കണ്ടെത്തലുകൾ ആരംഭിക്കുകയായി. ഭീതിയുടെ നിഴൽവീഴ്ത്തിയ ഏതോ അന്ധകാര ഗുഹയിൽ ഇപ്പോഴും ആ ദുരാത്മാവിന്റെ മുഴക്കം കേൾക്കുന്നുണ്ട്.

സെന്തിലിന്റെ വാക്കുകൾ ക്ഷമയോടെ കേട്ടു നിന്ന വിഷ്ണുവും കൃതികയും ആകാംക്ഷയോടെ അയാളെ നോക്കി.

മഹാമാന്ത്രികൻ സെന്തിൽ. വിഷ്ണുവിന്റെ അസാധാരണമായ വിശേഷണത്തിൽ സെന്തിൽ പിന്തിരിഞ്ഞു.

"നിങ്ങളാ മാന്ത്രികനെ വരുത്തേണ്ട കാര്യം പറഞ്ഞപ്പോൾ ഞാൻ മൗനം പാലിച്ചത് അവളെ കുറിച്ചു നമുക്ക് തീർത്തും ഒരു അറിവും ഇല്ല. കേട്ടറിവുകൾ മാത്രേ ഒള്ളൂ.. ഞാൻ നിസ്സഹായനായി നോക്കി നിൽക്കാനേ എനിക്ക് കഴിയൂ".

പാതിവഴിയിൽ ജീവൻ നഷ്ടപ്പെട്ടാലും ഇനിയുള്ള യാത്രയിൽ മുൻപിലേക്ക് ഞാനുണ്ട് കൂടെ. വിഷ്ണുവിന്റെ വാക്കുകൾ കേട്ടപ്പോൾ സെന്തിൽ അവനെ ചേർത്തുപിടിച്ചു നടന്നു.

"അറിഞ്ഞുകൊണ്ട് നിന്റെ ജീവൻ കൂടി കുരുതി കൊടുക്കേണ്ട. എന്നെയും കൃതികയേയും അവളുടെ ശത്രുക്കളുടെ മുൻനിരയിൽ എഴുതപ്പെട്ടിരിക്കുന്നു."

"സെന്തിൽ, അവളെ അപകടത്തിലേക്ക് തള്ളിവിട്ട് ഒഴിഞ്ഞു മാറി നിൽക്കാൻ എനിക്ക് കഴിയില്ല. കാരണം ഞാൻ അവളെ പ്രണയിക്കുന്നു."

വിഷ്ണുവിനെ നോക്കി സെന്തിൽ പുഞ്ചിരിച്ചു.

സന്ദർഭങ്ങൾക്ക് വിരുദ്ധമായുള്ള ചിരികണ്ടതും കൃതിക അവരെ ചൂഴ്ന്ന് നോക്കി.

"എന്താ ഒരു ചിരിയൊക്കെ?"

"ഇവന്റെ ഓരോ തമാശകളെ.. അത് കേട്ടപ്പോൾ ചിരിച്ചുപോയി.. കൃതിക നീ ഭക്ഷണം എടുത്ത് വെയ്ക്ക്. ഇനി കഴിച്ചിട്ടാകാം അടുത്ത ചർച്ചകൾ.." കൃതിക അകത്തേക്ക് കയറി പോയി..

" തുറന്നുപറയാത്ത പ്രണയം മനസ്സിന്റെ വിങ്ങലാണ്. അത്

നേരവും സന്ദർഭവും നോക്കി തുറന്നു പറഞ്ഞേക്ക്.. നിന്നെ പോലെ എന്തിനും കൂടെ നിൽക്കുന്ന സുഹൃത്തുണ്ടെങ്കിൽ ഏതറ്റവും വരെ നമ്മൾ പോകും." സെന്തിലിന്റെ വാക്കുകളിലൂടെ ആ നിമിഷത്തിന്റെ അവസാനമായിരുന്നു.

നഷ്ടപ്പെടുത്തിയിടത്ത് നിന്ന് തന്നെ അന്വേഷണം തുടങ്ങാൻ തീരുമാനിച്ചു. മൂന്നുപേരും ജോലികളിൽ നിന്നും താത്കാലിക അവധിയെടുത്തു അന്വേഷണം തുടങ്ങി. മാന്ത്രികനെ കാണാതായ കോട്ടേഴ്സിലെത്തിയ സെന്തിൽ പരിസരം സസൂക്ഷ്മം പരിശോധിച്ചു. ചുമരിൽ വലിച്ചടിച്ച ചാലിലൂടെ ഉറുമ്പുകൾ വരിവരിയായി നീങ്ങി. കരിയിലകൾ ചിതറിത്തെറിച്ച അകത്തളത്തിൽ വർണ്ണധൂളികൾ പടർന്നു കിടക്കുന്നു. പുറത്തേക്കുള്ള കതകിലേക്ക് മൃതശരീരം വലിച്ചിഴച്ച അടയാളങ്ങൾ പെട്ടെന്ന് സെന്തിലിന്റെ മിഴികളിൽ പതിച്ചു..

ഏഴ്

"ദാ ഇതൊന്ന് നോക്കിക്കേ." സെന്തിലിന്റെ വാക്കുകൾ കേട്ട് കൃതികയും വിഷ്ണുവും അവന്റെ അടുത്തേക്ക് നടന്നു വന്നു.

"ഈ രക്തക്കറ ശരീരം പുറത്തേക്ക് വലിച്ചിഴച്ച അടയാളമായി കണക്കാക്കാം".

സെന്തിലിന്റെ വാക്കുകളിൽ കൃതിക അതിനെ ഏറ്റുപിടിച്ചു.

"അതിനർത്ഥം ശരീരം ഇവിടെനിന്ന് എവിടേയ്ക്കോ മാറ്റി പിന്തള്ളിയിരിക്കുന്നു".

"ഒരുപക്ഷെ ഈ ദിശ നമുക്ക് സഹായിച്ചേക്കാം. നമുക്ക് ഇതിലൂടെ പോയി നോക്കാം. വരൂ".. സെന്തിൽ ആദ്യം നടന്നു പുറകിൽ വിഷ്ണുവും കൃതികയും. പുൽത്തകിടികളിൽ കട്ടപിടിച്ച രക്തക്കറ അവർക്ക് മുന്നോട്ടുള്ള വഴിതെളിയിച്ചു. ഒടുക്കം അവർ യക്ഷിക്കാവിനടുത്തെത്തിനിന്നു.. പല ദിശയിലേക്കുള്ള സൂചകങ്ങൾ വഴിദയേ കുറിച്ചു.

"ഈ ദൃശ്യങ്ങൾ എവിടെയോ കണ്ടുമറഞ്ഞത് പോലെ." പെട്ടെന്ന് വിഷ്ണു ഇരുവരോടും പറഞ്ഞു.

"ഈ പശ്ചാത്തലം. കാഴ്ചകൾ ഇത് യക്ഷിക്കാവ് ആകാനാണ് സാധ്യത. ഈ ഇടത്തെ കുറിച്ചു അദൃശ്യത്തിൽ പ്രതിപാദിച്ചിട്ടുണ്ട്".

സെന്തിലും കൃതികയും ചുറ്റിലൂടെ കണ്ണുകളോടിച്ചു. ആരും ഒന്ന് ഭയക്കും. അതുപോലുള്ള ഒരു മൂകത. വിഷ്ണു ചില നേർക്കാഴ്ചകളിൽ തിരച്ചിൽ നടത്തി..

ദിശാസൂചകത്തിന്റെ താഴെഭാഗത്തുള്ള മരക്കുറ്റിയിൽ മാംസത്തിന്റെ കഷ്ണങ്ങൾ പറ്റിപിടിച്ചിരിക്കുന്നു.

"ഒരുപക്ഷെ ഇതായിരിക്കാം നമുക്കുള്ള വഴി".

വിഷ്ണുവിന്റെ അന്വേഷണബുദ്ധിയെ ഇരുവരും പ്രശംസിച്ചു. കാവിനപ്പുറം കൊടുംകാടിന്റെ ആരംഭമാണ്.. ആരും ചെന്നെത്തിപ്പെടാത്ത,

പോകാൻ ഭയക്കുന്ന വനം. മുന്നിലേക്കുള്ള യാത്രയിൽ അവർ മൂന്നു പേരും ഇടിഞ്ഞുപൊളിഞ്ഞ ചില സ്മാരകശിലകൾ പോലെയുള്ള പല കാഴ്ചകളും കണ്ടു. ചിലതൊക്കെ അവരുടെ ഓർമ്മകളിൽ തങ്ങിനിന്നു.

"വഴിതെറ്റിയോ ആവോ. ഇനിയെത്ര ദൂരം സഞ്ചരിക്കേണ്ടി വരും".

കിതപ്പ്കലർന്ന കൃതികയുടെ ശബ്ദത്തിൽ ക്ഷീണം അനുഭവപ്പെട്ടു.

ക്ഷീണം തോന്നുന്നുണ്ടെങ്കിൽ നമുക്ക് വിശ്രമിക്കാം. വിഷ്ണുവും കൃതികയും അടുത്തുള്ള ഒരു പാറയിൽ ഇരുന്നു. മൃഗങ്ങൾ പോലും കടന്നുചെല്ലാൻ മടിക്കുന്ന കാട്. പകൽ സമയത്തും രാത്രിയുടെ രൗദ്രത അനുഭവപ്പെടുന്ന ഭയാനകമായ കാട്. ഉയർന്ന ശൃംഗങ്ങളിൽ നിന്ന് താഴേക്ക് പതിക്കുന്ന ജലത്തിന്റെ സാന്നിദ്ധ്യമറിയിച്ചു.

അൽപനേരത്തെ വിശ്രമം കഴിഞ്ഞു വീണ്ടും അതേ ദിശയിലേക്ക് യാത്രതുടർന്നു. അണക്കെട്ട് പണിയാനായി എത്തിയ വിദേശികൾ ഉപേക്ഷിച്ചുപോയ പഴയ കോട്ട. അണക്കെട്ട് നിർമ്മാണം കഴിഞ്ഞതോടെ കോട്ട കാടിനുള്ളിൽ മറഞ്ഞു കിടക്കുന്നു. ആന ഇടിച്ചു തകർക്കാതിരിക്കാൻ പാറക്കല്ലുകൾ കൊണ്ടുള്ള പ്രത്യേക നിർമ്മിതിയിലാണ് കോട്ടയുടെ നിർമ്മാണം. തീർത്തും പറഞ്ഞാൽ വിദേശിയുടെ ബുദ്ധിസാമർത്ഥ്യത്തിൽ രൂപകൽപന ചെയ്തത് കൊണ്ട് പെട്ടെന്ന് അടർന്നു വീഴാൻ സാധ്യതയില്ല. ഇതുവരെ ആരും എത്തിപ്പെട്ടതിന്റെ യാതൊരു അടയാളവും അവിടെ കാണുന്നില്ല.

പരസ്പ്പരം തമ്മിൽ കേൾക്കാൻ കഴിയാത്തത്ര തരത്തിൽ കോട്ടയുടെ ഭാഗത്ത് വെള്ളച്ചാട്ടത്തിന്റെ ഇരമ്പൽ.

കോട്ടയുടെ ഭാഗത്ത് പക്ഷികൾ പതിവിലും വിപരീതമായി പറക്കുന്നു. അകത്തേക്ക് മിഴികൾ എത്തിനോക്കി. സൂര്യരശ്മികൾ പോലും കടന്നുചെല്ലാൻ ഭയക്കുന്ന ഒരിടം. ആസ്വഭാവികമായ കാഴ്ചകൾ...

വിഷ്ണു കണ്ടകാഴ്ചകൾ താങ്ങാനാവാതെ മിഴികളടച്ചു മുഖം തിരിച്ചു പുറത്തേക്ക് നടന്നു. ഭയാനകം കാണുന്ന കാഴ്ചകൾ ഒരുപക്ഷേ കുൽസിത പ്രവൃത്തികളുടെ നേർക്കാഴ്ചകൾ.

"കൃതിക താനിവിടെ നിൽക്ക്. സെന്തിൽ നിങ്ങളെന്റെ ഒപ്പം വരൂ." കൃതികയെ പുറത്തുനിർത്തി ഇരുവരും കോട്ടയുടെ ആദ്യഭാഗത്തേക്ക് നടന്നുകയറി. വള്ളിപ്പടർപ്പുകൾ പടർന്നുകയറിയ കരിങ്കൽ ഭിത്തികളിൽ കരിക്കഷ്ണങ്ങൾ കൊണ്ട് കുത്തിവരച്ച രേഖാചിത്രങ്ങൾ.

ഏതൊരു മനുഷ്യനും കടന്നുചെല്ലാൻ മടിക്കുന്ന ഒരിടം. അറപ്പും, വെറുപ്പും തോന്നിപ്പിക്കുന്ന ആ ഇടത്ത് രണ്ടുപേരും മൂക്ക് മറച്ചു. യുദ്ധത്തിന് ശേഷമുള്ള ശ്മശാനഭൂമിപോലെ ശവശരീരങ്ങൾ അടക്കി

നിരത്തിയിരിക്കുന്നു. ജീർണ്ണിച്ച അസ്ഥിപഞ്ജരങ്ങൾക്കിടയിൽ ദുർഗന്ധം വമിക്കുന്ന ശരീരങ്ങൾ. പിന്തിരിഞ്ഞു നടക്കാൻ പ്രേരിപ്പിക്കുന്ന കാഴ്ച്ചാനുഭവം. പക്ഷേ തേടിവന്ന തെളിവുകൾക്കായി എല്ലാം അടക്കിപ്പിടിച്ചു കൂടുതൽ ഉള്ളറകളിലേക്ക് വിഷ്ണു കയറിചെന്നു.

മുഷിഞ്ഞു നാറുന്ന വസ്ത്രങ്ങൾ മുറിയുടെ മൂലയിൽ കൂനകൂട്ടിയിട്ടിരിക്കുന്നു. സെന്തിൽ പുറത്തും വിഷ്ണു അകത്തുമായി രണ്ടിടങ്ങളിൽ തിരച്ചിൽ നടത്തി. പക്ഷേ അവർ തേടിവന്ന മാന്ത്രികന്റെ മൃതദേഹം കണ്ടെത്താനായില്ല. കൃതിക ഇതേസമയം സാരിത്തലപ്പ് കൊണ്ട് മൂക്ക്മറച്ച് ദുർഗന്ധത്തെ തടുക്കാൻ ശ്രമിച്ചു. പക്ഷെ അവൾക്കത് താങ്ങാവുന്നതിലും അധികമായിരുന്നു ആ ഗന്ധം.

"പോകാം.. എനിക്ക് കഴിയുന്നില്ല സെന്തിൽ". തളർന്നു വീഴുന്നത് പോലെ സെന്തിൽ വേഗം കൃതികയെ പിടിച്ചു. "വിഷ്ണു.. ഒന്നിങ്ങോട്ടേക്ക് വേഗം വാ..."

സെന്തിലിന്റെ സ്വരം കേട്ട് പെട്ടെന്ന് ഓടിവന്ന വിഷ്ണു അവളെ താങ്ങി നിർത്തി

"വാ നമുക്ക് പോകാം എനിക്ക് പറ്റുന്നില്ല.. വിഷ്ണു നമുക്കിവിടുന്ന് പോകാം. ഇതിൽ കൂടുതൽ ഇവിടെനിന്നാൽ ഒരുപക്ഷെ ഞാൻ തളർന്നു വീഴും.."

കൃതികയുടെ നിർബന്ധങ്ങൾക്ക് വഴങ്ങി അവർ മടക്കയാത്രയ്ക്ക് തയ്യാറായി. കൃതികയുടെ മനസ്സിന്റെ അസാധാരണ അനുഭൂതികൾ അവന്റെ മനസ്സിൽ ആഴത്തിൽ പതിച്ചു.

കൃതികയേയും പിടിച്ചുകൊണ്ട് കോട്ടയുടെ വെളിയിലേക്ക് നടന്നിറങ്ങി. തിരിഞ്ഞു നടക്കുമ്പോൾ അവന്റെ മനസ്സിൽ ആരുടെയോ പീഡകൾക്ക് വിധേയമായ ഒരുപാട് ജീവനുകൾ ചേതനയറ്റ ശരീരങ്ങളായി ആ കോട്ടയിൽ ബന്ധിച്ചിരിക്കുന്നു. ഓരോ ശരീരങ്ങൾക്കും വർഷങ്ങളുടെ പഴക്കമുണ്ട്. അവിടെ നിന്ന് പടിയിറങ്ങിയ വിഷ്ണു പലതും മനസ്സിൽ കുറിച്ചിട്ടു. "ഒരിക്കൽ കൂടി ഇവിടെ വരേണ്ടിയിരിക്കുന്നു. എന്റെ കണ്ടെത്തലുകൾക്ക് ഒരുപാടുണ്ട് ഇവിടെ. എന്ത് കാഴ്ചകളായിരുന്നു അവിടെ! പുസ്തകങ്ങളിൽ മാത്രം വായിച്ച കംബോഡിയയിലേയും ഭാൻഗഢ് കോട്ടയുടെയും അതേ ഭയാനകത. അവിശ്വസനീയം. പക്ഷേ അതുപോൽ ഒരിടം നമ്മുടെ നാട്ടിൽ വിശ്വസിക്കാൻ കഴിയണില്ല."

"സെന്തിലെ പോലീസിൽ അറിയിച്ചാലോ. ചുരുളറിയാത്ത പല കേസുകൾക്കും തുടക്കമാകും. കൂടുതൽ സമയം അവിടെ നിന്നിരു

ന്നെങ്കിൽ ഒരുപക്ഷെ ആ ജീർണ്ണിച്ച ശരീരങ്ങളുടെ കൂടെ നമ്മുടെ ശരീരങ്ങളും അടങ്ങിയേനെ." വിഷ്ണുവിന്റെ മനസ്സിൽ തോന്നിയതൊക്കെ മറഞ്ഞു തുടങ്ങുന്നു. ആ അന്തരീക്ഷത്തിൽ നിന്നും അകലും തോറും കൃതിക പൂർവ്വസ്ഥിതിയിലേക്ക് മടങ്ങി വന്നു. ഇരുൾ പടർന്നു തുടങ്ങിയിരിക്കുന്നു. മുന്നിലേക്കുള്ള കാഴ്ചകൾ നിറംമങ്ങി. കയ്യിൽ കരുതിയിരുന്ന ടോർച്ചെടുത്ത് വെട്ടം തെളിച്ചു.

നരഭോജികൾ അന്തരീക്ഷത്തിൽ താവളമടിച്ചു. "അപമൃത്യു പ്രാപിച്ചവളുടെ ഗതിയടങ്ങാത്ത ആത്മാവ് മാത്രമല്ല. അവൾക്കാരോ സഹായത്തിനുണ്ട്. നീക്കങ്ങൾ രഹസ്യമായി മനസ്സിലാക്കുന്ന ഒരാൾ. അയാളുടെ ചിന്താഗതിയാണ് കൃത്യനിർവഹണത്തിന് ശേഷം തെളിവുകൾ നശിപ്പിയ്ക്കാനായി പ്രേരിപ്പിക്കുന്നത്'.

നടപ്പിനിടയിൽ സെന്തിൽ കൂട്ടിചേർത്തു. കൃതിക ആദ്യ ദിവസത്തിന്റെ തിരച്ചിലിൽ മാനസികമായും ശാരീരികമായും ആകെ തളർന്നിരുന്നു.

തെക്കുംകൂർ വൈദ്യുതി നിലയത്തിന്റെ ജീപ്പ് ഇരുട്ടിനെ കീറിമുറിച്ചു നീങ്ങി. ആൽത്തറവളവിലെത്തിയ ജീപ്പ് ഓരത്ത് നിർത്തിയപ്പോൾ ഋഷി ഇറങ്ങി ജീപ്പിന്റെ മുൻവശത്തു ചാരിനിന്നു. ശിവൻ വണ്ടിയിൽ നിന്നിറങ്ങാതെ സ്റ്റിയറിങ്ങിൽ തന്നെ തലചേർത്തു കിടന്നു.

"നീ എന്ത് ഭാവിച്ചാ?"

"ശിവേട്ടാ രാവിലെ ലൈൻ ശരിയാക്കി പോയിട്ട് രാത്രിയുടെ മറവിൽ എന്താ ഇവിടെ സംഭവിക്കുന്നതെന്ന് ഇന്ന് കണ്ടെത്തണം."

കുറച്ചുനേരത്തെ കാത്തിരിപ്പുകൾക്ക് ശേഷം.

"നിന്റെ നിർബന്ധങ്ങൾക്ക് വഴങ്ങിയാണ് ഞാൻ വന്നത്. അല്ലാതെ എനിക്ക് വരാൻ ഒട്ടും താല്പര്യം ഉണ്ടായിരുന്നില്ല. ഈ സ്ഥലം അത്രയ്ക്ക് പന്തിയല്ല".

"നിങ്ങളിത് എന്താ പറയുന്നേ ശിവേട്ടാ.. ഈ കാലഘട്ടത്തിൽ ഈ പറയുന്ന തരത്തിൽ ഒന്നും ഇല്ല. യക്ഷിയെ. ഒരുപക്ഷെ ആരെങ്കിലും കാണിച്ചുകൂട്ടുന്ന വല്ല കോപ്രായങ്ങളായിരിക്കും".

ശിവൻ മറുപടി ഒന്നും പറഞ്ഞില്ല.

"നേരം ഒരുപാടായി വാ നമുക്ക് പോകാം."

ഇനിയിപ്പോൾ വല്ല്യ പ്രശ്നങ്ങൾക്ക് സാധ്യതയില്ല. ഋഷി പോകാനായി തിരഞ്ഞതും പെട്ടെന്ന് വഴിവിളക്കുകൾ എല്ലാം നിലച്ചു.

അന്തരീക്ഷത്തിൽ കാറ്റാഞ്ഞു വീശി. നിർത്തിയിട്ടിരുന്ന ജീപ്പിനെ പോലും പുറകിലേക്ക് പിന്തള്ളിനീക്കിയ കൊടുംകാറ്റ്. രണ്ടുപേരും

സംഭവസ്ഥലത്തെ ദൃക്സാക്ഷികളായി നിൽക്കേ അകലെനിന്ന് ഒരു മുരൾച്ചയുടെ സ്വരം. ആ സ്വരം സെക്കൻ്റുകളെ കീറിമുറിച്ച് ഋഷിയേയും കൊണ്ട് അപ്രതക്ഷ്യമായി. ശിവൻ പെട്ടെന്ന് ജീപ്പ് ഓണാക്കി ലൈറ്റ് ഇട്ടു. ആ വെളിച്ചത്തിൽ കണ്മുന്നിൽ നിന്ന് മറഞ്ഞ ഋഷിയെ നോക്കിനിൽക്കെ ആകാശത്തു നിന്ന് ഉൽക്കകൾ ഭൂമിയിൽ പതിയ്ക്കുന്നത് പോലെ. മുകളിൽ നിന്ന് ജീപ്പിൻ്റെ ബോണറ്റിലേക്ക് ഋഷിയുടെ ശരീരം വന്ന് പതിച്ചു. രക്തം ജീപ്പിൻ്റെ ചില്ലിലേക്ക് തെറിച്ചുവീണു. ഞൊടിയിടയിൽ ഒന്നും ആലോചിച്ചു നിൽക്കാതെ ജീപ്പ് മുൻപിലേക്ക് എടുത്ത ശിവൻ വേഗതകൂട്ടി. മുൻപിൽ വീണുകിടക്കുന്ന ഋഷിയുടെ ശരീരവുമായി ശിവൻ കുറച്ചുദൂരം സഞ്ചരിച്ചു. സൈഡ്മിററിലൂടെ നോക്കിയ ശിവൻ്റെ മിഴികൾ ഭയംകൊണ്ട് ചുളിച്ചു.. പ്രകാശമുള്ള അവ്യക്തശക്തി ജീപ്പിൻ്റെ അതേ വേഗതയിൽ അവരെ പിന്തുടരുന്നു. കണ്ണുംപൂട്ടി ഒരുവിധത്തിലുള്ള വേഗതയായിരുന്നു ജീപ്പിന്. ആ ജീപ്പ് നിന്നത് വൈദ്യുതിനിലയത്തിൻ്റെ മുൻപിലാണ്.. വണ്ടി നിർത്തി അതിൽ നിന്നിറങ്ങിയ ശിവൻ ശരീരം ആകെ നിന്ന് വിറയ്ക്കുകയായിരുന്നു.

ജീപ്പ് വന്ന് നിൽക്കുന്ന ശബ്ദം കേട്ട് ഓവർസിയർ അമീർ പുറത്തേക്ക് ഇറങ്ങിവന്ന് എന്താ നടന്നതെന്ന് തിരക്കി. പക്ഷേ ശിവന് മറുപടി പറയാൻ വാക്കുകൾക്ക് ശബ്ദമുണ്ടായിരുന്നില്ല.

അമീർ തിടുക്കപ്പെട്ട് ഋഷിയെ ജീപ്പിലേക്ക് കയറ്റി. അമീർതന്നെ വണ്ടിയോടിച്ചു. ശിവൻ്റെ മടിയിൽ കിടത്തിയ ഋഷിയെ അവൻ ചേർത്തുപിടിച്ചു. അതിവേഗത്തിൽ ആശുപത്രിയിലെത്തിച്ചു. അത്യാഹിത വിഭാഗത്തിൻ്റെ വരാന്തയിൽ ഡോക്ടറുടെ വാക്കുകൾക്കായി അവർ കാത്തിരുന്നു

"സോറി, ആഴത്തിലുള്ള മുറിവുകൾ ആയിരുന്നു അമിതരക്തസ്രാവമാണ് മരണകാരണം."

ശിവൻ പെട്ടെന്ന് പൊട്ടിക്കരഞ്ഞു. ഇതേസമയം മറ്റൊരു ജീപ്പ് കൂടി ആശുപത്രി മുറ്റത്ത് വന്നു നിർത്തി. ഇൻസ്പെക്ടർ കൗഷിക്ദേവ വണ്ടിയിൽ നിന്നിറങ്ങി. ആരോഗ്യദൃഢഗാത്രനായ ഒരാൾ ആറടിപൊക്കം അതിനൊത്ത ശരീരപേശികൾ. അദ്ദേഹത്തിന് പുറകിൽ രണ്ട് കോൺസ്റ്റബിൾസ്. മോർച്ചറിയുടെ മുൻപിലേക്ക് നീങ്ങിയ പോലീസ് കാര്യങ്ങൾ തിരക്കി.

"സഡൻ ഡെത്ത് ആയിരുന്നു. ഇവിടെ എത്തിയപ്പോഴേക്കും എല്ലാം തീർന്നിരുന്നു". ഡോക്ടറുടെ മറുപടിയിൽ പാതി തൃപ്തികരമാ

യിരുന്നു വാക്കുകൾ. അമീറിന്റെ അടുത്തേക്ക് തിരിഞ്ഞു. നിങ്ങൾ മരണം സംഭവിച്ച ആളുടെ ബന്ധുവാണോ."

"അല്ല സർ, കെ. എസ്. ഇ. ബി ഓവർസിയറാണ്" അമീർ മറുപടി പറഞ്ഞു.

കേസ് രജിസ്റ്റർ ചെയ്യുകയാണ്. ആദ്യം ആരാ ഇത് കണ്ടത്.. കൗഷിക്കിന്റെ വാക്കുകൾ കേട്ട് അമീർ പൊട്ടിക്കരയുന്ന ശിവനെ ചൂണ്ടി കാണിച്ചു.

അദ്ദേഹം ആണ് ആദ്യം കണ്ടത്. ഇൻസ്പെക്ടർ ശിവന്റെ അടുത്തേക്ക് നടന്നു

"എന്താ സംഭവിച്ചത്?"

ശിവന്റെ ശബ്ദം പൂർണ്ണമായി നിലച്ചു. മറുപടി പറയാതെ അയാൾ തലതാഴ്ത്തി നിന്നു. ആശുപത്രി വരാന്തയിൽ നേഴ്സിന് അഭിമുഖമായി നടന്നുവരുന്ന കൗഷിക് അടുത്തെത്തിയതും.

"സിസ്റ്റർ ശിവൻ ഏത് റൂമിലാണ്."

"റൂം നമ്പർ 27. സർ, തൊട്ടടുത്ത മുറിയാണ് ഡോക്ടർ അയാളെ പരിശോധിക്കുകയാണ്."

മുറിയിൽ ശിവനെ പരിശോധിച്ചുകൊണ്ടിരിക്കുമ്പോൾ ഡോർ തുറക്കുന്ന ശബ്ദം ഡോക്ടർ തിരിഞ്ഞു നോക്കി. കൗഷിക് മുറിയിലേക്ക് കടന്നു വന്നു.

"Good afternoon doctor, ഡോക്ടർ. ഇയാൾക്കിപ്പോൾ എങ്ങനുണ്ട്?"

"മരണം നേരിട്ടു കണ്ട ഷോക്കിൽ നിന്നും പൂർണ്ണമായും സുഖം പ്രാപിച്ചിട്ടില്ല. എന്നിരുന്നാലും സംസാരിക്കാം."

ഡോക്ടർ മുറിയിൽ നിന്നും പുറത്തേക്ക് പോയി. കൗഷിക് കസേരവലിച്ചു നീക്കിഅതിലേക്കിരുന്നു.

"തനിക്ക് സംസാരിക്കാൻ ബുദ്ധിമുട്ടുണ്ടോ?"

"ഇല്ല സർ,"

"ആ രാത്രി എന്താ സംഭവിച്ചത്?"

ആ നേർക്കാഴ്ചകൾ അവന്റെ മിഴികളിൽ ഭയത്തിന്റെ വിറയൽ പടർത്തി. പറയുന്ന നിമിഷത്തിൽ കൃഷ്ണമണികൾ എന്തെന്നില്ലാതെ ചലിച്ചു.

ശിവൻ പലതും ഒരുവിധത്തിൽ പറഞ്ഞൊപ്പിച്ചു. കോൺസ്റ്റബിൾ മൊഴി രേഖപ്പെടുത്തി.

ശിവന്റെ വാക്കുകളിൽ ഇൻസ്പെക്ടർ അതൃപ്തനായിരുന്നു.

നടന്നസംഭവങ്ങളിൽ അപൂർണ്ണത അനുഭവപ്പെട്ടു. കൗഷിക് സംശയദൃഷ്ടിയോടെ എഴുന്നേറ്റ് ശിവന്റെ കാതിൽ പറഞ്ഞു.. രഹസ്യസംഭാഷണമെന്നോണം.

"നീ പറഞ്ഞതെല്ലാം വിശ്വസിച്ചെന്ന് കരുതുന്നുണ്ടെങ്കിൽ നിനക്ക് തെറ്റി. അദൃശ്യശക്തിയുടെ മേൽവിലാസത്തിൽ എല്ലാം വെള്ളം തൊടാതെ ഞാൻ വിഴുങ്ങാൻ പോകുന്നില്ല. അടുത്ത തവണ വരുമ്പോൾ ഇവിടെ വെച്ചുകാണാൻ ഇടവരാതിരിക്കട്ടെ".

കൗഷിക് മുറിയുടെ പുറത്തേക്ക് നീങ്ങിയതും അവിചാരിതമായി മുറിയിലേക്ക് കടന്നുവന്ന അമീറും കൗഷിക്കും പരസ്പരം ഒന്ന് ചൂഴ്ന്ന് നോക്കികൊണ്ട് നടന്നകന്നു.

എട്ട്

മനസ്സ് സ്ഥിരമായി നിൽക്കാതിരിക്കുന്ന അവസ്ഥ കൃതികയെ വേട്ടയാടി. അദൃശ്യം സംഭവിച്ച ദുരാത്മാവിന്റെ പ്രതിജീവനത്തിന്റെ കാഴ്ചകൾ, അടക്കികൂട്ടിയിരുന്ന കപാലങ്ങൾ, കോട്ടയുടെ ജീർണ്ണിച്ച അറയിൽ അസ്ഥിപഞ്ജരങ്ങൾക്കിടയിൽ തന്റെ പ്രതിരൂപം കണ്ടു ഞെട്ടിയുണർന്ന കൃതിക അന്തരീന്ദ്രിയത്തിന്റെ കാഴ്ചകൾ ഏതോ രാത്രി കണ്ടുമറഞ്ഞ ഭീതിസ്വപ്നങ്ങളായി പലതും മറക്കാൻ ശ്രമിച്ചു.

ഇതേസമയം ആട്ടക്കസേരയിൽ അമർന്നിരുന്ന് കാര്യങ്ങൾ കണക്കുകൂട്ടുന്ന സെന്തിലിന്റെ മുറിയിലേക്ക് കടന്നുവന്ന വിഷ്ണുവിൽ നിന്നൊരു നിശ്വാസം അടർന്നു വീണു.

“നീയെന്താ സംസാരിക്കാൻ ഉണ്ടെന്ന് പറഞ്ഞത്?”

“കൃതിക, അവളിപ്പോഴും മുറിവിട്ട് പുറത്തുവന്നിട്ടില്ല. ഭയം അവളിലെ മനോനിലതെറ്റിക്കൊ.”

“കുറച്ചുദിവസം കഴിയുമ്പോൾ അത് താനെ മാറിക്കൊള്ളും.”

ധനഞ്ജയൻ നമ്പൂതിരി ചെയ്ത പൂജാവിധികൾ തടസ്സപ്പെടാൻ സാധ്യതയില്ല. അങ്ങനെ തോറ്റ് പിന്മാറുന്നവരല്ല മനയിലെ മാന്ത്രികർ. കാലത്തിന്റെ യവനികയിൽ ഏതൊരു മാന്ത്രികന്റെയും ജീവത്യാഗത്തിന്റെ മായാത്ത മുദ്രകൾ അവിടത്തെ ഭിത്തികളിൽ രേഖപ്പെടുത്തിയിട്ടുണ്ടാകും.

“ഈ കഥയിൽ നമ്മളറിയാത്ത മറ്റൊരു നിർണ്ണായക വഴിത്തിരിവും കൂടിയുണ്ടാവാം. അത് തിരയേണ്ടത് മറ്റൊരിടത്തല്ല. ആ മനയുടെ നിഗൂഢ അറകളിലാണ്. ചരിത്രസത്യങ്ങൾ ഇരുൾഭേദിച്ചു വെളിച്ചം കാത്തു ഇന്നും പ്രതീക്ഷയോടെ കിടക്കുന്നുണ്ടാകും”.

സെന്തിലിന്റെ വാക്കുകൾ വിഷ്ണുവിന്റെ ഓർമ്മകളെ മറ്റൊരിടത്തേക്ക് കൂട്ടിക്കൊണ്ട്പോയി. കപാലങ്ങൾ ചിതറിക്കിടക്കുന്ന തറയിൽ പൊലിമ ഒട്ടും നഷ്ടപ്പെടാതെ ജീർണിച്ച ഒരു അസ്ഥിപഞ്ജരത്തിന് കുറുകെ ബന്ധിച്ചിരിക്കുന്ന പഴയ താക്കോൽക്കൂട്ടം. പ്രത്യേക ചിഹ്ന

ങ്ങൾ കൊത്തിയ താക്കോൽകൂട്ടം കയ്യിലമർത്തിയതും പെട്ടെന്നുള്ള സെന്തിലിന്റെ ഉച്ചത്തിലുള്ള ശബ്ദംകേട്ട് വിഷ്ണു ഞെട്ടിത്തരിച്ചു.

"വിഷ്ണു എന്തേലും പ്രശ്നമുണ്ടോ?"

"ആ കോട്ടയിൽ നിന്നും കാലപ്പഴക്കമുള്ള ചിത്രത്താക്കോൽ കിട്ടിയിരുന്നു. ഒരുപക്ഷെ നമ്മൾ തുറക്കാനാഗ്രഹിക്കുന്ന ആ അറയുടെതാകാം. എന്റെ സംശയങ്ങൾ മാത്രമാണ്."

വിഷ്ണുവിന്റെ വെളിപ്പെടുത്തലുകൾ സെന്തിലിന്റെ മനസ്സിൽ അശാന്തി ഉളവാക്കി. സെന്തിലിന്റെ ചിന്തകൾ വേറിട്ടതലത്തിലൂടെ സഞ്ചരിച്ചു. താക്കോൽ ആ അറയുടേതാകരുതെന്ന് അകമഴിഞ്ഞു പ്രാർത്ഥിച്ചു.

"എന്റെ അമ്മാവൻ ക്രൂരതയ്ക്ക് ഇരയായെന്ന് വിശ്വസിക്കാൻ പ്രയാസം തോന്നുന്നു. രണഭൂമിയിൽ മരണമെഴുതപ്പെട്ട ക്ഷത്രിയന്റെ പരാജയം പോലെയാണ്."

സെന്തിലിന്റെ തോളിൽ തട്ടിവിഷ്ണു പറഞ്ഞു.

"എന്നാ പോകല്ലേ. സമയം നഷ്ടപ്പെടുത്താനില്ല."

യാത്രാമദ്ധ്യേ ആൽത്തറ വളവിനോട് ചേർന്നു നിർത്തിയിട്ടിരിക്കുന്ന പോലീസ് ജീപ്പ്. അതിന്റെ ബോണറ്റിൽ കയറിയിരിക്കുന്ന ഇൻസ്പെക്ടർ കൗഷിക്. എന്തോ തെളിവെടുപ്പെന്ന രീതിയിൽ കോൺസ്റ്റബിൾസ് ഋഷികേശിന്റെ മരണസ്ഥലം പരിശോധിക്കുന്നു. അതിന്റെ അരികിലൂടെ കടന്നുപോകുന്ന സെന്തിൽ. അവർ രണ്ടുപേരും തിരയുന്ന ശത്രു ഒരാളാണെന്നുള്ള തിരിച്ചറിവിലേക്ക് നയിക്കുന്ന ദൂരം വിദൂരത്തിലല്ല.

അന്തരീക്ഷം അനുകൂലമാണ്. വൃക്ഷങ്ങൾക്കിടയിൽ മങ്ങിനിൽക്കുന്ന ജലഗന്ധമനയിലേക്ക് കയറിചെന്ന സെന്തിൽ പൂമുഖത്തെ കതക് തുറന്നു.

നിശബ്ദത തളംകെട്ടിയ വരാന്തയിലൂടെ മാന്ത്രികപ്പുരയുടെ അടുത്തേക്ക് നടന്നടുക്കുമ്പോൾ കാലുകൾ വിറച്ചു. ആദ്യതവണ കതക് തുറക്കാൻ കഴിയാതെ പരാജിതനായി മടങ്ങിപ്പോയ നിമിഷം അവർ ഓർത്തെടുത്തു. നിറയെ ചിത്രപ്പണികളുള്ള വാതിലിൽ വിഷ്ണു ആദ്യമായൊന്ന് തൊട്ടു. വാതിൽ തുറക്കാൻ വിഷ്ണുവിന് ഭയമായിരുന്നു. പക്ഷെ ദേശത്തിന്റെ കെടുതി ആലോചിക്കുമ്പോൾ എവിടെനിന്നോ ഒരു ധൈര്യം, പെരുവിരലിൽ നിന്ന് ശരീരത്തിലേക്ക് ഇരച്ചുകയറും. ബാഗിനുള്ളിൽ നിന്നും ഏഴ് താക്കോലുകൾ ഒന്നിച്ചു ബന്ധിച്ച താക്കോൽകൂട്ടം പുറത്തെടുത്തു.

കതകിനടുത്തെത്തിയ വിഷ്ണു ചിത്രതാഴ് തുറക്കാൻ പരിശ്രമിച്ചു. പ്രതീക്ഷയോടെ ഒന്നൊന്നായി ഉപയോഗിച്ചു. പക്ഷേ വാതിൽ തുറക്കാൻ കഴിഞ്ഞില്ല. സെന്തിൽ പിന്തിരിഞ്ഞു നടന്നകന്നു. അവസാനതാക്കോൽ പഴുതിലൂടെ ആദ്യം വലത്തോട്ട് മൂന്നുതവണതിരിഞ്ഞതും പെട്ടെന്ന് അന്തരീക്ഷത്തിലൂടെ ഒരു കൊള്ളിയാൻ മിന്നി. മനയൊന്ന് ഞെട്ടിവിറച്ചു. പെട്ടെന്ന് വിഷ്ണു കൈ താക്കോലിൽ നിന്ന് പിൻവലിച്ചു. ബന്ധനാവസ്ഥയിൽ പൂണ്ടുകിടന്നിരുന്ന കതക് തുറന്നു. ആ നിമിഷം അവന്റെ മനസ്സിൽ ഭയത്തിന്റെ ചിത്രപ്പൂട്ടുകൾ തുറക്കുകയായിരുന്നു. പിന്തിരിഞ്ഞുനോക്കിയപ്പോൾ സെന്തിലിന്റെ അസാന്നിധ്യം അവനറിഞ്ഞു. വിഷ്ണു പലയാവർത്തി അവനെ വിളിച്ചു. പക്ഷേ വിളികേൾക്കാൻ അവനടുത്തുണ്ടായിരുന്നില്ല. തൊട്ടടുത്ത മുറിയിൽ തലതാഴ്ത്തിയിരിക്കുന്ന സെന്തിലിനെ കണ്ട് അടുത്ത് ചെന്ന് അവനെ വിളിച്ചു. സെന്തിലിന്റെ കലങ്ങിച്ചുവന്ന കണ്ണുകളിൽ നിന്ന് പിടിവിടാനായി കാത്തുനിൽക്കുന്ന നീർത്തുള്ളികൾ ആ നിമിഷം വിഷ്ണു കണ്ടു.

“സെന്തിൽ നിനക്കെന്താ പറ്റിയെ”

ആദ്യം മറുപടിപറയാൻ സെന്തിൽ മടിച്ചു

“ആ വാതിൽ തുറന്നപ്പോൾ നിനക്ക് അനുഭവപ്പെട്ട സന്തോഷത്തേക്കാൾ എനിക്ക് ഉണ്ടായിരുന്ന വേദന എന്നെ നരലോകം വരെകൂട്ടികൊണ്ട് പോയി.നിനക്കൊരുപക്ഷെ ആ അറയിലെ കാഴ്ചകൾ കാണാൻ അതിയായ ആകാംക്ഷയായിരിക്കാം. പക്ഷേ എന്റെ രക്തബന്ധത്തിന്റെ ഒരുകണ്ണികൂടി അറ്റ്പോയ വേദന. അദ്ദേഹം ഒരു മഹാനായിരുന്നു”.

വിഷ്ണുവിൽ നിന്നൊരു നെടുവീർപ്പ് അടർന്ന് വീണു.

“അറിയാം. അദൃശ്യമെന്ന ഗ്രന്ഥത്തിലേക്ക് എന്നെ ആകൃഷ്ടയാക്കിയ ഒരു ശക്തി. ആദ്യംമുതൽ കഥാന്ത്യംവരെ എന്നെ പിടിച്ചിരുത്തിയ ആ അദൃശ്യശക്തിയെ മനസ്സിലാക്കാൻ രക്തബന്ധത്തിന്റെ ആവശ്യകതയില്ല. അദ്ദേഹത്തിന്റെ വിയോഗം സത്യമാണെങ്കിൽ ഈ താക്കോൽ നിനക്കായി കരുതിവെച്ചതായിരിക്കാം. നീ തിരക്കി വരുമെന്ന് കാലേകൂട്ടി അറിഞ്ഞിരിക്കുന്നു. നിന്റെ സാന്നിധ്യത്തിൽ ആയിരിക്കണം ആ അറ തുറക്കേണ്ടത്.സെന്തിൽ എഴുന്നേൽക്ക്”.

സെന്തിൽ വിസ്സമ്മതം പ്രകടിപ്പിച്ചെങ്കിലും വിഷ്ണുവിന്റെ നിർബന്ധങ്ങൾക്ക് വഴങ്ങി. ഒടുവിൽ സെന്തിലിന്റെ കൈപിടിച്ചു വിഷ്ണു അറയിലേക്ക് നടന്നു.

കണ്ണുതുടച്ചുകൊണ്ട് സെന്തിൽ മാന്ത്രികപ്പുരയിലേക്ക് ആദ്യചുവടെടുത്തു വെച്ചു.

ജലഗന്ധമനയിൽ ഇതുവരെ കണ്ടകാഴ്ചകളെക്കാൾ വ്യത്യസ്തമായിരുന്നു ആ അറ. രൗദ്രമൂർത്തികളുടെ ഛായാചിത്രങ്ങൾ എഴുതിയിരിക്കുന്ന ഭിത്തികൾ. മതിഭ്രമം സംഭവിച്ച മാന്ത്രികന്റെ അവശേഷിപ്പുകൾപോലെ കോറിയിട്ടിരിക്കുന്ന ആഭിചാരമന്ത്രങ്ങൾ. അറയുടെ ഒരുഭാഗത്ത് ശത്രു സംഹാരത്തിന് സഹായിക്കുന്ന ക്ഷുദ്രകർമ്മങ്ങൾ അടങ്ങിയ അപൂർവ്വഗ്രന്ഥങ്ങൾ അടക്കിവെച്ചിരിക്കുന്നു.

ഇരുവരും കരുതലോടെ തിരഞ്ഞു. പക്ഷേ അവർ തേടിവന്നതൊന്നും ആ അറയിൽ നിന്നും കിട്ടിയില്ല. പിന്തിരിഞ്ഞു നടന്നതും അലക്ഷ്യമായിരിക്കുന്ന ഗ്രന്ഥത്തിലേക്ക് വിഷ്ണുവിന്റെ ഭയാനകനേത്രങ്ങൾ ഊന്നി.

“സെന്തിൽ ദാ.. ഇതൊന്ന് നോക്ക്.” ഗ്രന്ഥം തിരിച്ചും മറിച്ചും നോക്കി. എഴുതിയിരിക്കുന്നത് അത്രയും ദുർമന്ത്രങ്ങളുടെ പ്രേരണയിലാണ്. വർഷങ്ങൾക്കുശേഷമാണ് മനയിലെ പുരുഷകേസരി മാന്ത്രികപ്പുരയിൽ കാലുകുത്തുന്നത്. അതിന്റെ ചില ദൃഷ്ടാന്തങ്ങൾ പ്രകൃതിയിൽ അരങ്ങേറി.

അവന്റെ കൈകൾ കൊണ്ട് ക്ലാവ്പിടിച്ച വിളക്കിലെ പറ്റിപ്പിടിച്ച പൊടിതട്ടി നീക്കി എണ്ണത്തിരിയിട്ടു തെളിച്ചുവെച്ചു. ആവണിപ്പലകയിൽ ചമ്രം പടിഞ്ഞിരുന്ന സെന്തിലിന്റെ സമീപത്ത് വിഷ്ണുവും ഇരുന്നു. ഇരുകൈകളും ചേർത്തു തറവാടിന്റെ പരദേവതയായ വീരഭദ്രയെ മനസ്സാവരിച്ചു. ഗ്രന്ഥം വിളക്കിനടിയിലേക്ക് ചേർത്തുപിടിച്ചു സെന്തിൽ വായിച്ചു.

അദൃശ്യം അപൂർണ്ണമാണ്.. അതിനൊരു കാരണമുണ്ട്.

രക്തപിശാചിനിയിലേക്കുള്ള യാത്രയുടെ നേർക്കാഴ്ചകൾക്ക് വേണ്ടി അണിഞ്ഞ ഒരു പുകമറ മാത്രമായിരുന്നു അദൃശ്യം. കഥാന്ത്യത്തിലേക്ക് മനസ്സ് സഞ്ചരിക്കുമ്പോൾ അവശേഷിക്കുന്ന ചോദ്യങ്ങൾക്ക് വ്യക്തമായ വിശദീകരണം ഈ ഗ്രന്ഥം നൽകും. മനസ്സിനുള്ളിൽ കനലുകൾ ചുവക്കുകയാണ്. പേശികൾ വരിഞ്ഞു മുറുകുമ്പോൾ എന്റെ രക്തസമ്മർദ്ദം അധികമായി. ജീവിതത്തിലിന്നോളം ഇതുപോലെ അപമാനിതനായി നിൽക്കേണ്ടിവന്നിട്ടില്ല.

യക്ഷിക്കാവിലെ വള്ളിപ്പടർപ്പുകളിൽ തൂങ്ങിയാടുമ്പോഴുള്ള മാനസികാവസ്ഥ എന്നെ മരണതുല്യനാക്കി. ജലഗന്ധമനയിലെ രക്തകാപാലികയായ ദുരാത്മാവിനെ ബന്ധിച്ച പാലമരത്തിന്റെ ശിഖരം തകർ

ന്നുവീണപ്പോൾ പോലും ആരും പ്രതീക്ഷിച്ചില്ല. കാലാന്തരങ്ങൾ കടന്നുപോകുമ്പോൾ മന്ത്രങ്ങൾ ആവാഹിച്ച ചങ്ങലകൾ ക്ഷയിച്ചു തുടങ്ങി, കണ്ണികൾ അകന്നു. പൂർവ്വാധികം ശക്തിപ്രാപിച്ചു അവൾ സ്വതന്ത്രയാകുമെന്നും..

ആ നിമിഷം വിവർണ്ണമായ എന്റെ സ്മൃതികളിലേക്ക് ഓടിയെത്തി.

പിതാവിന് സംഭവിച്ച മന്ത്രങ്ങളുടെ പിഴവ് തനിക്ക് നേരിടാതിരിക്കാൻ അയാൾ സ്വയം അപമാനിതനെന്ന് മുദ്രകുത്തി പലതും കടിച്ചുപിടിച്ചു കിടന്നു. നിരായുധനായ ക്ഷത്രിയൻ പോർക്കളത്തിൽ നപുംസകത്തെപോലെ നോക്കി നിൽക്കേണ്ട അവസ്ഥയാണ് എന്നെ മറ്റൊരു തലത്തിലൂടെ ചിന്തിക്കാൻ പ്രേരിപ്പിച്ചത്. അഴിഞ്ഞുവീണ മുടി ചുഴറ്റി ജടപോലെ കെട്ടിവെച്ചു. ഇതുവരെ ആരും പരീക്ഷിച്ചുനോക്കാത്ത പൂജാവിധികൾ. അധർമ്മത്തെ അധർമ്മം കൊണ്ട് തന്നെ സംഹരിക്കണം. മനയിലെ അഥർവ്വഗ്രന്ഥങ്ങളിൽ നിന്നും സ്വാംശീകരിച്ച ദുർമന്ത്രവാദത്തിന്റെ അത്മകഥാംശം ഉള്ള ഗ്രന്ഥമാണിത്. അദൃശ്യം പാതിവഴിയിൽ ഉപേക്ഷിച്ചത് മറ്റൊരു ഗ്രന്ഥത്തിനുള്ള ആരംഭമാണ്.

ഗ്രന്ഥങ്ങളിൽ മാത്രം ആലേഖനം ചെയ്ത തത്വം വെച്ചുകൊണ്ട് ആവാഹനരീതി പുനസൃഷ്ടിയ്ക്കാൻ തീരുമാനിച്ചു. ആരോടും ഒന്നും പറയാതെ രാത്രിയിൽ മന വിട്ടിറങ്ങി. കാളവണ്ടി ഒന്നുലഞ്ഞുകൊണ്ട് നീങ്ങി. ഞാൻ തന്നെയാണ് വണ്ടി തെളിച്ചത്. പുലർച്ചയോട് അടുത്തപ്പോൾ ഏഴിമല ചെരുവിലെത്തി അവിടത്തെ പ്രമാണിമാരായ പല കുടുംബങ്ങളിലും തന്റെ ആഗമനോദ്ദേശം അറിയിച്ചെങ്കിലും പലരും അതിന് തയ്യാറാവുന്നത് പോയിട്ട് കാണാൻകൂടി സമ്മതിച്ചില്ല. പല ഒഴിവുകഴിവുകൾ പറഞ്ഞു തിരിച്ചയച്ചു. ഒരുനിമിഷം പോലും പിന്നെ അവിടെ താമസിച്ചില്ല. അടുത്ത ഇടം തേടിപോകുകയായിരുന്നു. നെറ്റിയിൽ വിയർപ്പ് തുള്ളികൾ ഉരുണ്ടുകൂടി. അത്യുഷ്ണം സഹിക്കാവുന്നതിലും അധികമായിരുന്നു. തോളിൽ ചേർത്ത കസവ്നേരിയത് കൊണ്ട് വിയർപ്പ് ഒപ്പി. കാളക്കൂറ്റന്മാരെ വീഥിയുടെ അരികിൽ ചേർത്തു നിർത്തി. ചോലയുടെ താഴ്‌വാരത്ത് മാറ്റികെട്ടി. തൊട്ടടുത്ത് കണ്ട ചോലയിലേക്കിറങ്ങി കയ്യും മുഖവും കഴുകി പാറപ്പുറത്തു നീണ്ടുനിവർന്നു കിടന്നു.. ഇടതൂർന്ന മരങ്ങളുടെ മറയുള്ളത്കൊണ്ട് വെയിലിനൊരു ശമനമുണ്ട്. കുറച്ചുനേരം കിടന്ന് ഉറങ്ങിപ്പോയി. പെട്ടെന്ന് കാളകൂറ്റൻമ്മാരുടെ അമർച്ചകേട്ട് പെട്ടെന്ന് ഞെട്ടിയുണർന്ന മാന്ത്രികൻ കാളവണ്ടിയുടെ അടുത്തേക്ക് നടന്നു. അന്തരീക്ഷം ഞൊടിയിൽ ഉരുണ്ടുകയറി. മഴയ്ക്കുള്ള പടയൊരുക്കം. കാളകളെ പൂട്ടി അ

തിവേഗം വണ്ടിതെളിച്ചു. മഴ ശക്തി പ്രാപിച്ചതോടെ വണ്ടി മുന്നോട്ട് തെളിക്കാൻ ബുദ്ധിമുട്ട് അനുഭവപ്പെട്ടു. കാളകൾ അമറി, ദൂരെകാണുന്ന വഴിയമ്പലത്തിനോട് ചേർത്തു നിർത്തി അന്നത്തെ രാത്രി അവിടെ തങ്ങി.

ആരും എത്തിപ്പെടാൻ കഴിയാത്ത ഇടങ്ങളിലെല്ലാം കണ്ടെത്താൻ സാധിച്ചില്ല. നീണ്ടുനിന്ന ദിവസങ്ങളിൽ അലച്ചിൽ മാത്രം ബാക്കി. മനസ്സിലുദ്ദേശിച്ച പലതും നടന്നില്ല.

കാർത്തികനക്ഷത്രത്തിൽ അമാവാസിയിൽ ജനിച്ച കന്യകയ്ക്ക് വേണ്ടിയുള്ള തിരച്ചിൽ ഇനിയെത്രനാൾ. നാട്ടിൽനിന്ന് യാത്രതുടങ്ങിയിട്ട് ഇന്നേക്ക് ഏഴ്ദിവസങ്ങൾ തികയുന്നു. അലസത കടന്നുകൂടുമ്പോൾ നടവഴികളിലെ വൃക്ഷങ്ങളിൽ നിന്നു കിട്ടുന്ന കായ്ഫലം ഭക്ഷിച്ചും, നീർച്ചോലകളിൽ ദേഹശുദ്ധിവരുത്തിയും പലയിടങ്ങളിൽ ലക്ഷ്യത്തിന് വേണ്ടി അലഞ്ഞു. ഒടുക്കം വണ്ടി തെളിച്ചു. ദൂരെയുള്ള കാഴ്ചകളിൽ നിന്നും മിഴികൾ വ്യതിചലിച്ച അവസ്ഥയിൽ കാളകൾ കൊടും വനത്തിലൂടെ ഏകനായി യാത്ര. കാളകൾ നിൽക്കാതെ നടന്നു. മിഴികൾ പെട്ടെന്ന് തുറന്നുനോക്കിയപ്പോൾ കാളക്കൂറ്റൻമ്മാർ ക്ഷീണിതരായിരിക്കുന്നു. വണ്ടി വിജനപാതയിൽ നിർത്തി. കാളവണ്ടിയിൽ നിന്നും കാളകളെ സ്വതന്ത്രമാക്കി. കുറച്ചുനേരം ശിലാതലത്തിൽ വിശ്രമിച്ചു. കാളവണ്ടി അവിടെ ഉപേക്ഷിച്ചു ഞാൻ മുന്നിലേക്ക് നടന്നു മറഞ്ഞു..

അപ്രതീക്ഷിതം അത് സംഭവിക്കുന്നു...

വനാതിർത്തി കടന്നു നീങ്ങിയ എന്റെ അഭിമുഖമായി അലറിവരുന്നു കാടിനെ മുഴുവൻ ദുരന്തമുഖത്തിലെത്തിച്ച ഒറ്റയാൻ. പുറത്തേക്ക് നീണ്ടു നിൽക്കുന്ന കൊമ്പുകളിൽ രക്തത്തിന്റെ കറ. അന്ത്യം വിനാശത്തിന്റെ ആരംഭം. സൂര്യൻപാതി മറഞ്ഞ ഇരുണ്ട പശ്ചാത്തലം വിചിത്രം. ഒറ്റയാന്റെ മുൻപിൽ അകപ്പെട്ട് ആത്മരക്ഷാർത്ഥം പിന്തിരിഞ്ഞോടി. വടവൃക്ഷത്തിന് കീഴിൽ നിരായുദ്ധനെ പോലെ സ്തംഭിച്ചു നിന്ന ഞാനൊന്ന് ഉറപ്പിച്ചു. ദേവാംഗനയെന്ന ദുരാത്മാവിനെ ഉന്മൂലനം ചെയ്യുന്നതിന് മുൻപേ കാലന്റെ വായിലകപ്പെടുന്ന നിമിഷം അടുത്തിരിക്കുന്നു.

മൂകമായ അന്തരീക്ഷത്തെ കീറിമുറിച്ചുകൊണ്ട് നിസ്വനം ശ്രവിച്ച ദിക്കിലേക്ക് തലവെട്ടിച്ചു. പൊഴിഞ്ഞുവീഴുന്ന ഇലകളെ കീറിമുറിച്ചുകൊണ്ട് ശരം സ്തംഭിച്ചു നിന്ന എന്റെ മുൻപിൽ തറഞ്ഞുകയറിയ നിമിഷം ഒറ്റയാൻ ഞൊടിയിടയിൽ നിന്നു. ചിഹ്നം വിളിച്ചുകൊണ്ട് പി

ന്തിരിഞ്ഞു പോയി.

അവളോട് ചോദിക്കാൻ ഒരായിരം ചോദ്യങ്ങൾ അപ്പോൾ മനസ്സിന്റെ അഭ്രപാളികളിൽ എഴുതപ്പെട്ടു. എന്നെ മരണത്തിന്റെ വക്കിൽ നിന്നും കൈപിടിച്ചുയർത്തിയത് ഞാൻ തിരക്കിയെത്തിയ സ്ത്രീ തന്നെയാണെന്ന് ആ നിമിഷം അറിയാതെ പോയി.

കൂട്ടാളികളുടെ ചോദ്യങ്ങൾക്ക് മുൻപിൽ ഉത്തരമില്ലാതെ മൗനിയായി നിന്നത് എന്റെ ദൗർബല്യമോ കഴിവ്കേടോ അല്ല. എന്റെ മറുപടികളിൽ അതൃപ്തിതോന്നിയ അവർ കരങ്ങൾ ബന്ധിച്ചു. ആരോ കറുത്തശീല ചേർത്ത് കാഴ്ചയുടെ ദൃശ്യങ്ങൾ മറച്ചു. ബലിഷ്ഠമായ കൈകൾ എന്റെ കരങ്ങളിൽ പിടിയുറപ്പിച്ചതും അവരുടെ കായികബലം ഞാനടുത്തറിഞ്ഞു. അവളുടെ ആജ്ഞപ്രകാരം മുന്നിലേക്ക് സഞ്ചരിക്കുന്നുണ്ട്. ഇടയിലെപ്പോഴോ മിഴികൾ തുറക്കാനുള്ള ശ്രമം നടത്തി പക്ഷേ പ്രകാശം പോലും കടന്നുചെല്ലാൻ മടിക്കുന്ന പാതാളഗർത്തങ്ങളുടെ അന്ധതതോന്നി.

നടത്തം നിലച്ചു മിഴികളിൽ ബന്ധിച്ച ശീലയുടെ കെട്ടുകൾ അഴിഞ്ഞുവീണു. അടഞ്ഞമിഴികൾ സാവധാനം തുറന്നു..

കൂട്ടംതെറ്റി ശിഥിലമാകുന്ന ഗോത്രവംശം ആദിവാസികുലം. വേറിട്ട കാഴ്ചകളുടെ ഇതൾ വിരിയിക്കുന്ന ചേറിന്റെ മണമുള്ള ജീവിത യാഥാർഥ്യങ്ങൾ. ഈറ്റില്ലത്തിന്റെ പൈതൃകം സമൂഹത്തിന് വേണ്ടി അഭിസംബോധന ചെയ്ത ഒരുപറ്റം ആളുകൾ. പനയോലകൾ മേഞ്ഞ കുടിലുകൾ. പാറകഷ്ണങ്ങൾ നിരത്തി പണിത ഗുഹാമുഖങ്ങൾ. അവർക്കിടയിൽ ഗോത്രവംശത്തിന്റെ മൂപ്പനായിരുന്നു കാളീശ്വരൻ.

ചുരുണ്ടു കൂടിയമുടിയും ചുളിവുകൾ വീണ ശരീരവും വലിയചെവികളുമുള്ള അയാളുടെ മുന്നിൽ ബന്ധിയായി നിൽക്കുന്ന എന്റെ വേഷപ്പകർച്ചയിൽ ആദ്യം അയാൾ എന്നെ കൈകൂപ്പിവണങ്ങി. പക്ഷെ ആകാംക്ഷ നിറച്ച മിഴികൾ ആൾക്കൂട്ടത്തിനിടയിൽ മറഞ്ഞ ആ സ്ത്രീയെയാണ് തിരക്കിയത്. മൂപ്പന്റെ ചോദ്യങ്ങൾക്ക് മറുപടി എന്നോണം ചുരുങ്ങിയ വാക്കുകളിൽ പറഞ്ഞു.

“അങ്ങ് ആരാണെന്ന് എനിക്ക് അറിയില്ല. ഞാൻ ഒരു ദൗത്യവുമായി യാത്രതിരിച്ച ജലഗന്ധമനയിലെ മാന്ത്രികനാണ്. അതിനുള്ള വ്യക്തിയെ ഞാൻ നിങ്ങൾക്കിടയിൽ കണ്ടെത്തി. ഞാൻ നിങ്ങളുടെ ശത്രുവല്ല. സഹായം യാചിച്ചെത്തിയ ഭിക്ഷാംദേഹി. പക്ഷേ മറ്റൊന്നും പറയാനുള്ള സ്ഥലവും സന്ദർഭവും ഇപ്പോഴില്ല. ഞാൻ ക്ഷീണിതനാണ്, അൽപം വിശ്രമിക്കണം, കാലുകൾക്ക് ബലക്ഷയം സംഭവി

ക്കുന്നു."

"ഏങ്ങടെ സഹായമോ" മൂപ്പൻ പൊട്ടിചിരിച്ചു. "നരഭോജികളായ മൃഗങ്ങൾക്കും അതിനെ ഭക്ഷിക്കുന്ന ഞങ്ങൾക്കേ കാടിന്റെ ആത്മാവിൽ സ്ഥാനമുള്ളൂ. കാടിന് വിനാശം വിതച്ച അവസ്ഥകളെ മനുഷ്യർക്ക് ഇടയിലുള്ളൂ. ഈ രാത്രി ഇരുട്ടിപ്പുലരുന്നത് വരെ നിങ്ങൾക്ക് ഇവിടെ തങ്ങാം. കൂട്ടാളികളെ നോക്കി മൂപ്പൻ കല്പിച്ചു ഇദ്ദേഹത്തെ കുടിയിലേക്ക് കൊണ്ടുപോക് ക്ഷീണമകറ്റാൻ പഴങ്ങൾ കൊടുക്ക്."

സ്വാർത്ഥമോഹങ്ങൾക്ക് വേണ്ടി എന്തും ചെയ്യാൻ മടിക്കാത്ത ഒരു സ്വയനിലവാധിയാണ് പട്ടണത്തിലെ മനുഷ്യർ എന്ന ചിന്താഗതിയാണ് ഇവർക്കിടയിൽ ഇപ്പോഴുമെന്ന് ഞാൻ മനസ്സിലാക്കി.കുടിയിലേക്ക് നടന്നു.

കയർകൊണ്ടു നെയ്ത കട്ടിലിൽ അമർന്നിരുന്ന ഞാൻ മുളജാലകത്തിലൂടെ പുറത്തേക്ക് നോക്കി.. കാടിന്റെ ഭീകരതിയിൽ പകർന്നാടിയ നിമിഷങ്ങളുടെ ആത്മഗതം.

ചിന്താമണ്ഡലത്തിലെ ഊരാക്കുരുക്കുകൾ അഴിഞ്ഞു വീണു. ചിന്തകളെ യഥാസ്ഥിതിയിൽ ഉണർത്താത്ത ഞാൻ എത്ര വിഡ്ഢിയാണ്. ഉൾകാഴ്ചകൾ വേണ്ടത്ര പ്രവർത്തിക്കുന്നില്ല. സിദ്ധികൾ എന്നെ വിട്ട് പോയിരിക്കുന്നോ?

ഒരൊറ്റശരത്തിൽ മദമിളകിയ ഒറ്റയാനെ നിലയ്ക്ക് നിർത്താൻ കഴിയുന്ന ഈ സ്ത്രീയെക്കാൾ ചങ്കുറപ്പ് നാട്ടിലെ മറ്റുള്ള മഹിളകൾക്ക് ഉണ്ടെന്ന് വിശ്വസിക്കുന്നത് അസംഭവ്യം. ഹിംസമൃഗങ്ങളെ പോലും തന്റെ വരുതിയിൽ വരുത്തുന്നതിന് നിമിഷാർദ്ധങ്ങൾ പോലും ആവശ്യമില്ലാത്ത ഇവരോളം തികഞ്ഞ അഭ്യാസികളും, ധൈര്യശാലികളും ഈ ലോകത്തിന്റെ ഏതൊരു കോണിലും മഷിയിട്ടുനോക്കിയാൽ പോലും കാണാൻ കഴിയില്ല.

മുടി ജടപോലെ വാരിക്കെട്ടിവെച്ചിരിക്കുന്നു. നെറ്റിയിൽ സർപ്പാകൃതിയിലുള്ള ചിഹ്നം. ബലിഷ്ഠമായ വെളുത്ത കരങ്ങളിൽ പച്ചകുത്തിയ പാടുകൾ. മുഷിഞ്ഞ വസ്ത്രങ്ങൾ, ചെറുപ്പം മുതൽ ആയോധനകലകളിൽ തന്റെതായ മികവ് തെളിയിച്ച അവളിൽ കളരിമുറകളോടൊപ്പം കാടിന്റെ പതറാത്ത ചുവടുകളും കൈവെള്ളയിലെ രേഖകൾ പോലെ ഭദ്രമെന്ന് തോന്നിപ്പിക്കും വിധത്തിലുള്ള അഭ്യാസി.

ഇവളെയാണ് കഴിഞ്ഞ അമാവാസി മുതൽ തിരക്കി അലഞ്ഞത്. എനിക്ക് പിൻവാങ്ങാനുള്ള നേരം അടുക്കുന്നു. ഏതു വിധേനെയും എന്ത് കുടിലതന്ത്രങ്ങൾ പ്രയോഗിച്ചും അവളെയും കൊണ്ടെ ഈ

മണ്ണിൽനിന്ന് യാത്രയുള്ളൂ. അല്ലെങ്കിൽ ഈ കുലത്തിന്റെ കഴുമരത്തിലാവട്ടെ എന്റെ അന്ത്യം.

കുടിലിന്റെ പുറത്ത് ശക്തമായ കാവൽ ഏർപ്പെടുത്തിയിരുന്നു. കട്ടിലിൽ കിടന്നെങ്കിലും ഉറക്കം തിരിഞ്ഞുപോലും നോക്കിയില്ല. പിറ്റേന്ന് നേരം വെളുത്തപ്പോൾ കുടിയിലേക്ക് കയറിവന്ന മൂപ്പൻ കട്ടിലിൽ ഇരുന്നു.

"സഹായം അഭ്യർത്ഥിച്ചു വരുന്നവരെ തഴയുന്ന രീതി ഞങ്ങൾക്കില്ല. പക്ഷേ സഹായിക്കുന്നതിന് മുൻപ് ഈ കാടിന് ഒരു നേരും നെറിയും ഉണ്ട്. ഇവിടെത്തെ രീതികൾ അൽപ്പം വ്യത്യസ്തമാണ്."

ചില നിബന്ധനകൾക്ക് വിധേയനാകാൻ അവർ നിരന്തരം പ്രേരിപ്പിച്ചു.

ഒടുവിൽ ചുടലക്കാളിയുടെ മുൻപിൽ വെച്ചു കാടിന്റെ വിചിത്രനിയമങ്ങൾക്ക് അടിമപ്പെട്ട് അവർക്ക് വാഗ്ദത്തം നൽകി.

എന്റെ വരവിന്റെ ലക്ഷ്യം കാട്ടുമൂപ്പനോട് തുറന്നു പറയാൻ തയ്യാറായി. അപ്പോഴും മനസ്സിൽ ദുർമന്ത്രവാദത്തിന്റെ ഹോമാഗ്നി കത്തിപ്പടർന്നു. അതിന്റെ തീക്ഷ്ണമായ താപം സഹിക്കാവുന്നതിനേക്കാൾ അപ്പുറമാണ്. പ്രതീക്ഷിക്കാത്ത വിപത്തിൽ നിന്നും സംരക്ഷിച്ചവർ തന്നെ കാലനായി പകർന്നാടുന്ന നിമിഷം അരങ്ങേറി. ജലഗന്ധമനയുടെ പുറത്ത് കാർ വന്നുനിൽക്കുന്നു.. കാറിന്റെ നീട്ടിയുള്ള ഹോണിന്റെ ശബ്ദം കേട്ടതും വിഷ്ണുവും സെന്തിലും ഞെട്ടി. ഗ്രന്ഥം അടച്ചു. പുറത്തേക്ക് ഓടിച്ചെന്നു.

കാറിൽ കൃതിക ഇരിക്കുന്നു.

"നിങ്ങളിത് എന്ത് ഭാവിച്ചാ. നേരം എത്രയായീന്ന് വല്ല നിശ്ചയം ഉണ്ടോ. ജലഗന്ധമനയുടെ ചരിത്രം അറിയാഞ്ഞിട്ടല്ലല്ലോ. പെട്ടെന്ന് പുറപ്പെട്. അന്ന് കണ്ട കാഴ്ചകൾ ഇപ്പോഴും മനസ്സിൽ നിന്ന് മാഞ്ഞുപോയിട്ടില്ല."

കതക് ചേർത്തടച്ചു മൂവരും മനയിൽനിന്നും യാത്രയായി. പ്രത്യക്ഷരൂപത്തിലുള്ള ശക്തികളെക്കാൾ എന്തുകൊണ്ടും അദൃശ്യമായ ശക്തികളെ ആളുകൾക്ക് ഭയമാണ്. പക്ഷേ അവിടെനിന്ന് ഇറങ്ങിയെങ്കിലും സെന്തിലിന്റെ ചിന്തകളിൽ അമ്മാവൻ മൂപ്പനോട് പറഞ്ഞ വാക്കുകൾ എന്തെന്ന് അറിയാനാണ് തിടുക്കം.

ഒമ്പത്

ജീപ്പിൽനിന്ന് ചാടിയിറങ്ങിയ കൗഷിക് പലതും മനസ്സിനുള്ളിൽ കൂട്ടിയും കിഴിച്ചും സ്റ്റേഷനിലേക്ക് കയറി. ചില നിഗമനത്തിൽ എത്തി 'എന്തായാലും അറുപത് കിലോഭാരത്തെക്കാൾ അധികമുള്ള വടിവൊത്ത ശരീരം ഇത്ര ഉയരത്തിൽ നിന്നും താഴേയ്ക്ക് ഇടാൻ അയാൾക്ക് തനിച്ച് കഴിയോ. എന്റെ യാത്ര തെറ്റായപാതയിലൂടെയാണോ. ഒരു പക്ഷേ എന്റെ തെറ്റിദ്ധാരണകൾ, പോലീസ് ബുദ്ധിയിലൂടെ ചിന്തിക്കുമ്പോൾ എല്ലാം സംശയങ്ങളായിരിക്കാം. പോസ്റ്റ്മാർട്ടം റിപ്പോർട്ടിൽ ഋഷിയുടെ തലയിൽ അഗതമായ മുറിവുണ്ടെന്ന് രേഖപ്പെടുത്തിയിട്ടുണ്ട്. ജീപ്പിന്റെ ചില്ലിൽ പറ്റിപ്പിടിച്ച രക്തക്കറയും, എല്ലാം ചേർത്തുവെച്ച്നോക്കുമ്പോൾ അതിനർത്ഥം അയാൾ പറഞ്ഞതൊക്കെ ശരിയാണെന്നാണോ. പക്ഷേ ഇതൊരു അദൃശ്യശക്തിയാണ് ചെയ്തതെന്ന് വിശ്വസിക്കാൻ പ്രയാസം തോന്നുന്നു.' കൗഷിക് മേശയിൽ ആഞ്ഞടിച്ചു. ശബ്ദംകേട്ട് കോൺസ്റ്റബിൾ മുറിയിലേക്ക് ഓടിയെത്തി.

"എന്താ സർ,"

അയാൾ നിന്ന് വിറച്ചു

"എന്തൊക്കെയാടോ ഇവിടെ നടക്കുന്നെ. ഒന്നിനും ഒരു വ്യക്തതയില്ല. പലതും ആലോചിച്ചിട്ട് തന്നെ തലപെരുക്കുന്നു."

ആ സമയം കൃഷ്ണേട്ടൻ അലമാരയിൽ നിന്നും പഴയ കടലാസ് കെട്ട് എടുത്ത് മേശപ്പുറത്ത് വെച്ചു. തത്സമയം കൗഷിക് സ്റ്റേഷനിലെ പഴയ രേഖകൾ കുടഞ്ഞിട്ടു പരിശോധിച്ചു. വർഷങ്ങൾ പഴക്കമുള്ള പത്രത്താളുകൾ. പൂഴിമണലിൽ പൂണ്ടുകിടക്കുന്ന കാളയുടെ തലയോട്ടി, പ്രേതനഗരം എന്നറിയപ്പെടുന്ന ഒരു പ്രദേശം. ചിത്രത്തിനടിയിൽ എഴുതിയിരിക്കുന്നു,

'ചുടലചാമ്പൽ വാരിത്തേച്ചുപിടിച്ച ചെന്നായ്ക്കൾ വേട്ടയാടുന്ന പോലെയാണ് ഓരോ ജീവനും അവിടെ അപഹരിക്കുന്നത്. ദുർശക്തിയുടെ ആക്രമണങ്ങൾ ഇന്നും തുടരുന്നു. ലേഖനം വായിച്ചതും

കൗഷിക് വെട്ടിയിട്ടപോലെ കസേരയിലേക്കിരുന്നു.

"സാറിന് ഒരുപക്ഷെ വിശ്വാസം വരണമെന്നില്ല. ഈ നാട്ടിൽ അങ്ങനെ ചില പ്രശ്നങ്ങൾ ഉണ്ട്." കോൺസ്റ്റബിൾ കൃഷ്ണൻ കൗഷിക്കിന് നേരെ ഇട്ടിരിക്കുന്ന കസേരയിലിരുന്നു.

"ആശുപത്രിയിൽ കിടക്കുന്ന ശിവൻ പറഞ്ഞത് നേരാണ്. അങ്ങനൊരു അദൃശ്യശക്തി ഇവിടെ ഉണ്ട്. അന്ന് ഞാനത് പറഞ്ഞില്ലന്നെ ഒള്ളൂ. ഈ ഇരിക്കുന്ന കെട്ടുകൾ ഈഗക്കണ്ട കാലം കാണാതായവരുടെ ബന്ധുക്കൾ നൽകിയ പരാതികളാണ്.."

"അതെങ്ങനെ കൃഷ്ണേട്ടന് അറിയാം? എന്നിട്ട് അന്വേഷണം ഉണ്ടായില്ലേ."

"ഞാനിവിടെ മുപ്പത് വർഷമായി സർ, ഇനിയൊരു രണ്ട് കൊല്ലം കൂടി കഴിഞ്ഞാൽ റിട്ടയർമെന്റാണ്. സ്ഥലം മാറിവന്ന ഇൻസ്പെക്ടർമ്മാർ അപ്പോഴത്തെ ചോരത്തിളപ്പിൽ തിരയും. ഒടുക്കം ഒന്നും കണ്ടെത്താനാവാതെ പാതിവഴിയിൽ എഴുതിത്തള്ളും. ഉദ്യോഗസ്ഥർ സ്ഥലം മാറിവരാൻ പോലും ഭയക്കും അത്രക്ക് ഭീകരമാണ് ഈ ഇടം."

മറ്റുള്ളവർ സ്തംഭിച്ചു നിന്നു. ആരും ഒന്നും മിണ്ടുന്നില്ല. ഇതുവരെ പ്രദേശത്തുനിന്നും കാണാതായവരുടെ കണക്കെടുത്തു. ഏകദേശം അറുപതോളം. രോമാവൃതമായ നെഞ്ചിൽ തടവി അയാൾ എഴുന്നേറ്റിരുന്നു. ചുണ്ടുകൾ വിറച്ചു. കോൺസ്റ്റബിൾ കുടിയ്ക്കാനുള്ള വെള്ളം കൗഷികിന് കൊടുത്തു. കൗഷിക് ഒന്നും മിണ്ടാതെ കോൺസ്റ്റബിളിന്റെ വാക്കുകൾ അക്ഷമനായി കേട്ടിരുന്നു.

ഋഷിയുടെ കേസ് റിപ്പോർട്ട് ചെയ്തതിന് മുൻപ് മറ്റൊരു തിരോധാനം കൂടെ ഇവിടെ നടന്നു. മാന്ത്രികൻ നാഗാന്തകന്റെ. അയാളും ഈ കഥയും തമ്മിൽ എന്ത് ബന്ധം.

അരൂപിയായ രക്തപിശാചിനിയുടെ ക്രൂരതകളിൽ ഒരു നാട്മുഴുവൻ എരിഞ്ഞടങ്ങുമ്പോൾ തീർത്തും മാന്ത്രികന്റെ അതിരുകടന്ന സിദ്ധിയുടെ തലത്തിലേക്ക് മനുഷ്യമനസ്സ് സഞ്ചരിക്കുന്നു. അങ്ങനെ എത്തിയതാകാനും സാധ്യതയുണ്ട്.

ഇതുവരെ കിട്ടിയിരുന്ന റിപ്പോർട്ട്പ്രകാരം മനുഷ്യർ അദൃശ്യമാകുന്നത് യക്ഷിക്കാവിനടുത്ത് നിന്നാണ്.. പക്ഷേ ഈ മാന്ത്രികന്റെ തിരോധാനം നടന്നത് ഇവിടെ അടുത്തുള്ള സർക്കാർ കോട്ടേഴ്സിനടുത്താണ്. കെട്ടുകഥകളെക്കാൾ അതീതമാണ് വിശ്വസിക്കാൻ പ്രയാസം തോന്നുന്നു.

കൗഷിക് വിയർപ്പ് തുള്ളികൾ കിനിഞ്ഞ മുഖം തുടച്ചു. കസേര

യിൽ കുറച്ചുനേരം സംസാരിക്കാതെ ഇരുന്നു. ഇതിനെല്ലാം ബന്ധിക്കുന്ന മറ്റൊരു ഏട് ഇവിടെയെവിടെയോ മറഞ്ഞുകിടപ്പുണ്ട്. അതാണ് നമ്മൾ ആദ്യം കണ്ടെത്തേണ്ടത്.

“കൃഷ്ണേട്ടാ വണ്ടിയെടുക്കാൻ പറയ് നമുക്ക് ഒരിടം വരെ പോകാം.”

കൗഷിക്കും കൃഷ്ണേട്ടനും ജീപ്പിലേക്ക് കയറി. ജീപ്പ് മുറ്റത്ത് നിന്ന് നീങ്ങി.. മണ്ണിൽ പതിഞ്ഞ ചക്രത്തിന്റെ പാടുകളിൽ മനുഷ്യന്റെ വാരിയെല്ലുകളുടെ ചിത്രം പതിഞ്ഞു.. അത് പ്രകൃതിയുടെ സൂചനയായിരുന്നു..

യക്ഷിക്കാവിൽ പടർന്ന് പന്തലിച്ചു നിൽക്കുന്ന ആൽമരം. ആൽമരത്തിന്റെ പുറകിൽ കുറച്ചുമാറി കാലത്തിനതീതമായി സർപ്പങ്ങൾ ഉടൽ പൊഴിക്കുന്നത് പോലെ ഏഴിലംപാല ചില്ലകളിലെ ഇലകൾ പൊഴിച്ചു നിൽക്കുന്നു. കൗഷിക് അറിവിന്റെ മിഴികൾ ചുറ്റിലും നോക്കി. അസാധാരണമായി ഒന്നും കണ്ടെത്താൻ കഴിഞ്ഞില്ല. മൂകത വീശിയടിക്കുന്ന കാറ്റിൽ പോലും പ്രതിഫലിച്ചു. യക്ഷിക്കാവിലെ ആൽമരത്തിന് കീഴിലിരിക്കുമ്പോൾ അനുഭവപ്പെടുന്ന ശീതളമായ അനുഭൂതിയെക്കാൾ ദൃശ്യമല്ലാത്ത, അരൂപിയായ ശക്തിയുടെ അനുഭൂതി അവന്റെ ശരീരത്തിലൂടെ കേറിയിറങ്ങി പോയി. ബലിഷ്ഠമായ കൈകളിൽ തിങ്ങി നിറഞ്ഞ രോമകൂപങ്ങൾ എഴുന്നേറ്റു നിന്നു. അവന്റെ ദൃഷ്ടികൾ പതിച്ചത് കാനന പാതയിലേക്കാണ്.. വിജനമായ മരങ്ങൾ തിങ്ങിനിറഞ്ഞ കാനന പാതയിലേക്ക്... ആ വഴി മുൻപിലേക്ക് പോകാൻ അവന്റെ മനസ്സിലിരുന്ന് ആരോ പിൻബലം നൽകുന്നത് പോലെ..

“കൃഷ്ണേട്ടാ നമുക്ക് കാട് കേറേണ്ടതുണ്ട്. എല്ലാം വഴിയേ പറയാം.”

“പക്ഷേ കാടിന്റെ അധികാരികളുടെ പിന്തുണയില്ലാതെ നമുക്ക് അതിന് കഴിയില്ല. അവരുടെ അനുമതികിട്ടി വരുമ്പോഴേക്കും നാളെയാകും. നമുക്ക് മറ്റൊരു ദിവസം പോകാം.” കൃഷ്ണന്റെ വാക്കുകൾ കൗഷിക് തട്ടിമാറ്റി.

“ഇല്ല കൃഷ്ണേട്ടാ. ഇനിയും പിന്തിരിഞ്ഞു നടക്കാനിടവരുത്. ആ പരാതികളിൽ പറയാതെ പറഞ്ഞ വാക്കുകളുടെ മുറിവുകൾ പലതും ആലോചിക്കുമ്പോൾ എന്റെ രക്തം കിടന്ന് തിളയ്ക്കുന്നു.” കൗഷിക് ഫോണെടുത്തു പലരെയും വിളിച്ചു. അരമണിക്കൂറിന്റെ താമസത്തിൽ ഫോറസ്റ്റ് ഗാർഡ് സ്ഥലത്തെത്തി. അവരുടെ യാത്രയ്ക്ക് കൂടെചേർന്നു മൂവരും കാട്കേറി.

കാൽനടയായി യാത്രആരംഭിച്ചു . ഒരുപാട് സഞ്ചരിച്ചപ്പോൾ നിരത്തിൽ കാണുന്ന പാതകൾ പണ്ടെപ്പഴോ വാഹനങ്ങളുടെ പോക്ക് വരവിന്റെ തെളിവുകളായി കണക്കാക്കി കൗഷിക് ചോദിച്ചു.

ഇവിടെ പാതകൾ കിടക്കുന്നു.മുൻപ് റോഡ്ഉണ്ടായിരുന്നോ.

അതില്ല സർ, ഇവിടെ ഉൾക്കാടിനുള്ളിൽ അണക്കെട്ട് പണിയാൻ വർഷങ്ങൾക്ക് മുൻപ് വിദേശികൾ വന്നിരുന്നു. അതായിരിക്കാം അതിനോട് ചേർന്ന് ഒരു ജീർണ്ണിച്ച കോട്ടയുണ്ട്.

അവർ ഉപേഷിച്ചു പോയതിൽപിന്നെ ആരും ആ വഴിയെ പോകാറില്ല. നരഭോജികളായ മൃഗങ്ങൾ അധീനപ്പെടുത്തിയ രാക്ഷസക്കോട്ട.

“വണ്ടി കടന്ന് പോകോ?”

“ഓ ഇല്ല സാറെ, മരങ്ങളൊക്കെ വെട്ടിനിരത്തി പോകാൻ വല്ല്യപാടാണ്.”

മൂന്നുപേരും കോട്ടയുടെ മുൻപിലെത്തി. ഒരുപറ്റം തേനീച്ചകൾ പുറത്തുനിന്നും അകത്തേക്ക് പറന്നു കയറി. അകത്ത് കടന്നു ചെന്ന കൗഷിക് നേരിൽ തെളിച്ചു വെച്ചിരിക്കുന്ന നിഗൂഢത നിറഞ്ഞ അർദ്ധസത്യങ്ങളുടെ ഭയാനകത കണ്ടു ഞെട്ടി.

ചുരുളഴിയാത്ത പല കേസുകളുടെയും ആരംഭം. കണ്ട കാഴ്ചകളെക്കാൾ അതിഭയാനകമായിരുന്നു കാണാനിരിക്കുന്ന കാഴ്ചകൾ. അടക്കിക്കൂട്ടിയിരുന്ന അസ്ഥിപഞ്ജരങ്ങൾ, ഭയാനകത തോന്നിക്കുന്ന കോട്ടയുടെ ദൃശ്യങ്ങൾ അയാൾ തന്റെ ഫോണിലേക്ക് പകർത്തി. കോട്ടയുടെ ഉള്ളറകളിലേക്ക് കൂടുതൽ കയറിച്ചെന്നു. പുറത്ത് കടന്നു മേലാധികാരികൾക്കെല്ലാം ഫോൺ വിളിച്ചു. ചിത്രങ്ങളും പകർത്തി അയച്ചു. ഞൊടിയിടയിൽ അന്വേഷണ ഉദ്യോഗസ്ഥർ അടങ്ങിയ വണ്ടി പുറപ്പെട്ടു. ഉൾക്കാടുകളുടെ പകുതി വരെ വന്ന് അവിടെ നിന്നിറങ്ങി നടന്നു.. ഫോറെൻസിക് ഉദ്യോഗസ്ഥരും, വിരലടയാള വിദഗ്ധരും, മറ്റുഓഫീസർമാരും ഒരുനിമിഷം മൂക്കിൽ കൈവെച്ചു നിന്നു. വിചിത്രമായ ഇടത്തിൽ എല്ലാവർക്കും ഇതുപോലൊരു അനുഭവം ഇതാദ്യമാണ്. പലതും കാലത്തിന്റെ യവനികയിൽ ശേഷിപ്പുകൾ പോലെ മറഞ്ഞു കിടക്കുന്നു.

എല്ലാവരും ചേർന്ന് ആ കോട്ട അരിച്ചുപെറുക്കി. ചുമരിൽ കോറിയിട്ട ചിത്രങ്ങളും, ഇരുട്ടറയിൽ മരവിച്ചു കിടക്കുന്ന ശരീരങ്ങളുടെ അടിയിലേക്ക് ആറടി താഴ്ചയിൽ അറയുണ്ടായിരുന്നു. അവിടെയാണ് വേട്ടയാടിക്കൊണ്ടുവന്നവരെ മൃഗീയമായി പീഡനത്തിന് വിധേയമാക്കി

യിരുന്നത്. പച്ചമാംസം ഭക്ഷിക്കുന്ന നരഭോജികളായ വംശത്തിലെ ചില ആദിമമനുഷ്യർ ഇവിടെ പാർത്തിരുന്നെന്ന് കരുതേണ്ടതുണ്ട്. അതുപോലുള്ള ചേഷ്ടകളാണ് കൂടുതലും. പല അവസ്ഥകളും വാക്കുകൾകൊണ്ട് നിർവചിക്കാൻ കഴിയാവുന്നതിലും അപ്പുറമാണ്.

അസ്ഥിപഞ്ജരങ്ങളുടെ കാലപ്പഴക്കം നിശ്ചയിക്കാൻ ലാബിലേക്ക് അയക്കാൻ പലതും കൂട്ടികെട്ടി. അൽപസമയങ്ങൾക്ക്ശേഷം വിരലടയാള വിദഗ്ധനിൽ ഒരാൾ കൗഷികിനോട് പറഞ്ഞു.

സർ, നമുക്ക് മുൻപേ മറ്റാരോ ഇവിടെയെത്തിയിട്ടുണ്ട്. ഈ ക്രൂരതകൾ ചെയ്യുന്നവർ തെളിവുകൾ ബാക്കിവെയ്ക്കാറില്ല. പക്ഷേ അവർ ചില തെളിവുകൾ ഇവിടെ ഉപേക്ഷിച്ചിരിക്കുന്നു. കൗഷിക് ആ നിമിഷം ഞെട്ടി നിന്നു.

മുറിയിൽ വന്നു കിടന്ന സെന്തിലിന്റെ ചിന്തകൾ ഒരിക്കൽക്കൂടി ആ ഇരുണ്ട അധ്യായത്തിലേക്ക് പിന്തിരിഞ്ഞു നടന്നു. എടുത്തുവെയ്ക്കുന്ന ഓരോ ചുവടുകളും പിഴയ്ക്കാതിരിക്കാൻ ഭഗവതിയോട് പ്രാർത്ഥിച്ചു. അമ്മാവന്റെ അദൃശ്യസാന്നിധ്യം ആ നിമിഷം അവൻ അനുഭവിച്ചറിഞ്ഞു. അദ്ദേഹത്തിന്റെ മടിത്തട്ടിൽ തലചേർത്തു കിടന്നു. പതിയെ മയക്കത്തിലേക്ക് മിഴികൾ ചേർത്തടച്ചു. ദുർശക്തിയിൽ നിന്നുള്ള ശിക്ഷകളുടെ കാഠിന്യം കുറയ്ക്കാനുള്ള വഴികൾ ചിന്തിച്ചങ്ങനെ കിടന്നു.. ദുഃസ്വപ്നങ്ങൾ ചിന്തകളെ മരവിപ്പിച്ചു.

മിഴികൾ തുറന്നപ്പോൾ എല്ലാം ഓർമ്മപ്പെടുത്തലുകളുടെ വിഴുപ്പും പേറി കടന്നു പോയി.. സ്വീകരണമുറിയിലിരിക്കുന്ന കൃതികയും വിഷ്ണുവും അവർക്കിടയിൽ സംസാരിക്കാനുള്ള വാക്കുകളുടെ അഭാവം. അവരുടെ ശൂന്യതയെ മുറിച്ചുകൊണ്ട് സെന്തിൽ അവർക്കിടയിലേക്ക് കടന്നുവന്നു.

“വിഷ്ണു താനൊന്ന് വേഗം തയ്യാറാവ്. നമുക്ക് ഒന്നുരണ്ട് ഇടത്തേക്ക് പോകാൻ ഉണ്ട്. കൃതിക താനും പോരെ.”

അവളുടെ മനസ്സിൽ എവിടേയ്ക്കെന്ന് ചോദിയ്ക്കണമെന്നുണ്ടായിരുന്നു. പക്ഷേ അവൾ ഒന്നും മിണ്ടാതെ മുറിയിലേക്ക് കയറിപ്പോയി.

തെക്കുംകൂർ വൈദ്യുതിനിലയത്തിൽ നിന്നും കുറച്ചുമാറിയുള്ള സുകുമാരന്റെ തറവാട്. ക്ഷയിച്ചുതുടങ്ങിയ തറവാടിന്റെ കോലായിൽ ചുരുണ്ടിരിക്കുന്ന അന്തർജനം. മുഷിഞ്ഞ വസ്ത്രങ്ങൾ. മുഴുഭ്രാന്തിയെ പോലെ വേഷം ധരിച്ച അവരെ കാണുമ്പോഴേ മനസ്സിൽ ഭയം ഇരച്ചു കയറുന്നു.. സെന്തിൽ അവരുടെ അടുത്തേക്കിരുന്നു..

"എന്നെ മനസ്സിലാവാൻ സാധ്യതയില്ല. ജലഗന്ധമനയിലെ ധനഞ്ജയൻ തിരുമേനിയുടെ കൊച്ചുമകനാണ്. കൂനിക്കൂടിയിരുന്ന അവർ മുഖമുയർത്തി അവനെ നോക്കി. ഓർമ്മവെച്ചകാലം മുതൽ മനയുടെ കാര്യസ്ഥപണി നോക്കിനടന്നിട്ട് ഒടുക്കം ശരീരം പോലും തിരിച്ചുകിട്ടിയില്ല.. അത്ര നാളത്തെ പ്രതിഫലം.

"എന്റെ മകനെയും എനിക്ക് നഷ്ടപ്പെട്ടു. എനിക്കുണ്ടായിരുന്ന രണ്ടുപേരും ആ മനയ്ക്ക് വേണ്ടി ജീവൻ ത്യജിച്ചു. ഒടുവിൽ വർഷങ്ങൾ കഴിഞ്ഞു തിരക്കിവന്നിരിക്കുന്നു.."

ഒരക്ഷരം പോലും മറുപടിപറയാതെ അവർ നിന്നു..

"ആരും തുണയില്ലാത്തവരുടെ വീട് പിന്നെ നിശാചരികളായ സ്ത്രീകളെക്കാൾ തരംതാഴ്ന്ന ഇടം പോലെയാണ്.. മാനംവിറ്റ് ജീവിക്കേണ്ടിവന്നതിൽ പിന്നെ.. സമൂഹം വ്യഭിചാരിണി എന്ന പദവി ചാർത്തി."

അവർ പൊട്ടിക്കരഞ്ഞു..

കൃതികയുടെ സന്ദർഭോചിതമായ പ്രവർത്തി. നിങ്ങൾക്കിനി വിഷമിക്കേണ്ടി വരില്ല. കൃതിക ബാഗിൽ നിന്ന് കുറച്ചു പണമെടുത്ത് അവരുടെ കയ്യിൽ വെച്ചു കൊടുത്തു.

"ഇനി ആരുടെ മുൻപിലും കൈനീട്ടേണ്ടിവരില്ല. ഒരായുസ്സ് മുഴുവൻ ജലഗന്ധമനയ്ക്ക് വേണ്ടി ജീവിച്ച സുകുമാരന്റെ ഭാര്യക്ക് ഒന്നിനും ഒരു കുറവും ഉണ്ടാവില്ല. എന്ത് സഹായം വേണമെങ്കിലും ധൈര്യത്തോടെ മനയിലേക്ക് കേറി വരാം. നിങ്ങൾക്ക് മുൻപിൽ മനയുടെ വാതായനങ്ങൾ തുറന്നു കിടക്കും.."

കൃതിക സെന്തിലിനെ നോക്കി. ചെയ്തത് സന്ദർഭയോജ്യമെന്ന രീതിയിൽ സെന്തിൽ ശെരിവെച്ചു. മൂന്നുപേരും അവിടെനിന്നിറങ്ങി.

"വിഷ്ണു ആ സ്ത്രീയുടെ വാക്കുകളിൽ നിന്നും ആര്യനും മരണത്തിന് കീഴടങ്ങിയിരിക്കുന്നു."

സെന്തിലിന്റെ വാക്കുകൾ വിഷ്ണുവും ശരിവെച്ചു.

ജലഗന്ധമനയുടെ ഗ്രന്ഥപ്പുര തുറന്നു.. പാതിവായിച്ചു നിർത്തിയ ഗ്രന്ഥത്തിന് കാവലായി സർപ്പങ്ങൾ ഗ്രന്ഥത്തിൽ ചുറ്റിപിണഞ്ഞിരിക്കുന്നു. കതക് തുറന്ന് അകത്തേക്ക് പ്രവേശിച്ച സെന്തിലിനെ കണ്ടതും സർപ്പങ്ങൾ ഫണംതാഴ്ത്തി ഇഴഞ്ഞു പോയി. സെന്തിൽ ഗ്രന്ഥം തുടർന്നു വായിച്ചു...

പത്ത്

കൃതികയുടെ മനസ്സ് മറ്റൊരു തലത്തിലൂടെ സഞ്ചരിച്ചു. സ്ത്രീകൾക്ക് അതിനുള്ളിലേക്ക് പ്രവേശിക്കാൻ പാടോ എന്നറിയില്ല. അതുകൊണ്ട് അവൾ ഗ്രന്ഥപ്പുരയുടെ കട്ടിളപ്പടിയിലിരുന്നു ഉള്ളിലേക്ക് മിഴികൾ എത്തി നോക്കി. ഗ്രന്ഥത്തിൽ പാതിവായിച്ചു നിർത്തിയ ഏടെടുത്ത് വായന തുടർന്നു.

ചുടലഭദ്രയെ സാക്ഷിയാക്കി വാക്കുനൽകിയ എന്നെ മൂപ്പൻ മറ്റൊരിടത്തേക്ക് കൊണ്ടുപോയി. വവ്വാലുകൾ താവളമടിച്ച ഗുഹാമുഖത്തിന് പുറത്തുള്ള ശിലാതലത്തിലിരുന്ന് കാടിന്റെ വിചിത്രനിയമങ്ങളുടെ യാഥാർഥ്യവിശദീകരണം നൽകി.

“മൂപ്പാ ഞാൻ നിങ്ങളുടെ സഹായം ആവശ്യപ്പെടുന്നത് എന്റെ സ്വാർത്ഥമോഹങ്ങൾക്ക് അല്ല. ദുരാത്മാവിന്റെ ഭീതിയുടെ നിഴൽവീണ നാടിന്റെ മുഴുവൻ നന്മയ്ക്ക് വേണ്ടി ആണ്. ചടുലമന്ത്രങ്ങളുടെ അകമ്പടിയോടെ ആവാഹനകർമ്മത്തിന് സാന്നിദ്ധ്യമായി കാർത്തിക നക്ഷത്രത്തിൽ ജനിച്ച കന്യകയെ വേണം.. അത് തേടിയുള്ള അലച്ചിലിലായിരുന്നു. നീണ്ടനാളത്തെ കാത്തിരിപ്പിന് വിരാമമിട്ടുകൊണ്ട് നിങ്ങളുടെ കൂട്ടത്തിലൊരു പെൺകുട്ടി എന്നെ പ്രതീക്ഷിക്കാത്ത വിപത്തിൽ നിന്നും രക്ഷിച്ചു.. ഒന്നിനോടും മുൻവിധിയില്ലാത്ത പെരുമാറ്റവും, കഠിനഹൃദയമുള്ള അവളെ അടുത്തറിയുമ്പോൾ ഭയം അരിച്ചു കയറുന്നു. കാടിന്റെ ഒളിയും മറയുമില്ലാത്ത അന്തരീക്ഷത്തിൽ നിന്നാണ് ഞാൻ തിരക്കിവന്നത്. അങ്ങയുടെ മകളാണെന്ന് അറിയുന്നത്.”

തന്റെ മകളെയാണ് ആവശ്യപ്പെടുന്നതെന്ന് അറിഞ്ഞ മൂപ്പൻ ഒന്ന് ഞെട്ടി. കുറച്ചുനേരം മൗനിയായി. വീശിയടിച്ച മലങ്കാറ്റിൽ ഒരുതുള്ളി കണ്ണുനീർ അടർന്നു വീണു. അദ്ദേഹത്തിന്റെ അടുത്ത് ചെന്ന് തോളിൽ കൈവെച്ചു. നിസ്സഹായതയോടെ പറഞ്ഞു.

കാട്ടിൽ നിന്നൊരു പെൺകുട്ടി നാട്ടിലേക്ക് പോയി മടങ്ങി വന്നാൽ

എല്ലാരുടെയും കണ്ണുകൾ സംശയത്തോടെ ചൂഴ്ന്ന് നോക്കും. കുലട യെന്ന് മുദ്രകുത്തി കാടുകടത്തും.

വർഷങ്ങൾക്ക് മുൻപ് നാട്ടിൽ നിന്നെത്തിയ ഒരാൾ കാട്ടുപെണ്ണിന്റെ ഭ്രൂണത്തിൽ ഉപേക്ഷിച്ചുപോയ ജീവനാണ് രുധിരമാല. അവൾ ഏ ന്റെ മകളല്ല.. ഒരു വിതുമ്പലോടെ മൂപ്പൻ ഓർത്തെടുത്തു എന്റെ മുൻ പിൽ കുറ്റസമ്മതം നടത്തി.

ഇനി ഒരിക്കലും അങ്ങനൊരു ക്രൂരത നടക്കാതിരിയ്ക്കാൻ അങ്ങ് അവളെ സ്വീകരിക്കുമെന്ന് എനിക്ക് വാക്ക് നൽകൂ..

ആ നിമിഷം എന്റെ മിഴികളിൽ കണ്ണുനീർ പൊടിഞ്ഞു. മറുപടി പറയാൻ എന്റെ നാവ് പൊന്തിയില്ല..

"അങ്ങ് വാക്കു തന്നില്ല."

"എല്ലാം അങ്ങയുടെ തീരുമാനത്തിൻ പ്രതി നടക്കു"മെന്ന് മാത്രം പറഞ്ഞു ഞാൻ തലതാഴ്ത്തി.

അവർക്കിടയിലേക്ക് അവിചാരിതമായി കടന്നുവന്ന ആ പെൺകു ട്ടിയെ കണ്ട് ഞാൻ നിലമറന്ന് എഴുന്നേറ്റു.

"അപ്പൻ ഈടെ ഇരിയ്ക്കായിരുന്നോ ഞാൻ എവിടെയൊക്കെ തേ ടിയെന്ന് അറിയോ. വെക്കം കുടിയിലേക്ക് വാ."

"രുധിരമാല അപ്പന് ചിലത് പറയാനുണ്ട് ഇവിടെ ഇരിക്ക്." പറയാ നുള്ളതെല്ലാം ഒറ്റശ്വാസത്തിൽ പറഞ്ഞു. മകളുടെ മുഖത്ത് ക്രോധ ത്തിന്റെ ഭാവചലനങ്ങൾ മൂപ്പൻ അറിഞ്ഞു.

"അപ്പനിത് എന്ത് ഭാവിച്ച. ഈ പരദേശിയെ നമ്പരുത്. ഇവരെ പോ ലുള്ളവർ കാടിന് ദുരന്തം വിതച്ച ചരിത്രമേ ഉണ്ടായിട്ടൊള്ളു. അയാ ളുടെ ദൗത്യത്തിന് വേണമെങ്കിൽ കൂടെ ചെല്ലാം. പക്ഷേ അയാളെ മംഗലം കഴിയ്ക്കാൻ എനിക്ക് സമ്മതമല്ല."

രുധിരമാലയുടെ വാക്കുകൾ മൂപ്പനെ മുറിവേല്പിച്ചു

"പണത്തിന് വേണ്ടിയല്ല ഞാൻ ഇത് ആവശ്യപ്പെടുന്നത്. ഒരു നാട് മുഴുവൻ അനുഭവിക്കുന്ന ദുർശക്തിയുടെ കൊടുമ ഇല്ലായ്മ ചെയ്യാൻ അമാവാസിയിൽ ജനിച്ച പെൺകുട്ടിയുടെ സാന്നിധ്യം വേണം. കന്യ കയായാൽ മാത്രം പോരാ. എന്തും നേരിടാനുള്ള കഠിനഹൃദയമുള്ള വൾ ആയിരിക്കണം. ഏന്റെ മകളോളം മനക്കട്ടി നമ്മുടെ മല്ലൻമ്മാർക്ക് പോലും ഇല്ല."

മൂപ്പൻ അവളുടെ തലമുടിയിൽ തലോടി സ്വകാര്യമെന്നോണം കാ തിൽ മന്ത്രിച്ചു.

"പട്ടണത്തിൽ പോയി നാലുനാൾ കഴിഞ്ഞു വരുന്ന പെണ്ണിനെ

നമ്മുടെ കൂട്ടർ അംഗീകരിക്കപോയിട്ട് ഏതെങ്കിലൊരു പുരുഷൻ സ്വീകരിക്കോ. അതാ അപ്പൻ പറയണേ."

മൂപ്പന്റെ വാക്കുകളുടെ വ്യാപ്തിയും ആഴവും അവൾ അടുത്തറിഞ്ഞു. അവൾ മനസ്സില്ലാ മനസ്സോടെ സമ്മതം മൂളി.

കുടിയിലെ പന്തങ്ങളുമായി ചുടലക്കാളിയുടെ മുൻപിൽ വിളിച്ചു കൂട്ടിയ കാട്ടുമക്കളോട് പറഞ്ഞു..

"ഈ നിൽക്കുന്ന മാന്ത്രികൻ അദ്ദേഹത്തിന്റെ ദൗത്യം വിജയകരമായി പൂർത്തിയാക്കി മടങ്ങിവന്നാൽ എന്റെ മകളെ മംഗലം ചാർത്തി. കാട്ടുമക്കൾക്ക് അറിവ് പകർന്നു നൽകി നമ്മളിൽ ഒരാളായി കഴിയാമെന്ന് കാടിന്റെ നീതിന്യായത്തിൽ വാക്ക് നൽകിയിരിക്കുന്നു. ചതിയ്ക്കപ്പെട്ടു എന്ന് തോന്നിയാൽ അയാളുടെ തലവെട്ടിയെടുത്ത് കാളിയ്ക്ക് രക്താഭിഷേകം ചെയ്യുമെന്ന് ഇതിനാൽ തീർപ്പ് കല്പിക്കുന്നു.."

മൂപ്പൻ ഭൈരവനെ മകളുടെ സുരക്ഷയ്ക്ക് ചട്ടംകെട്ടി. ഭൈരവൻ കാട്ടാളരുടെ ഇടയിലെ വീരനായിരുന്നു. മൂപ്പന്റെ വലംകയ്യനായ അദ്ദേഹത്തിന്റെ ദൃഷ്ടികൾ പതിയാത്ത ഒരിടം പോലും കാട്ടിലില്ല.

രാത്രിയുടെ അന്ത്യയാമങ്ങളിൽ യാത്രയ്ക്ക് തയ്യാറായി. പിറ്റേന്ന് കുടിയിലെ ഭക്ഷണവും കഴിഞ്ഞു വടക്ക് ദിശ നോക്കി നടന്നു. ഈറൻ മിഴികളുമായി നിൽക്കുന്ന മൂപ്പനെ നടന്നുമറയുന്നതിനിടയിൽ ഞാൻ കണ്ടു.. ആ മിഴികളിൽ മകളോടുള്ള വാത്സല്യം നിഴൽവിരിയിക്കുന്നത് കണ്ടു.

ദേശത്ത് മറുകരയിൽ വള്ളത്തിനുവേണ്ടിയുള്ള കാത്തിരിപ്പ്. അൽപസമയത്തിന് ശേഷം ഭൈരവനും രുധിരയും വള്ളത്തിലേക്ക് കാലെടുത്തു വെച്ചു. വള്ളം ഒന്നുലഞ്ഞു കൊണ്ട് ഓളങ്ങൾ സൃഷ്ടിച്ചു. വള്ളക്കാരൻ കണാരൻ തുഴഞ്ഞു. മനോഹരമായ ദേശം വള്ളത്തിലിരുന്നു കണ്ടു. നിറയെ വൃക്ഷങ്ങൾ നിറഞ്ഞ പ്രദേശം. കടവത്ത് വള്ളമിറങ്ങിയ രുധിര കാലുകൾ നനച്ചു മുൻപിലേക്ക് വീണ മുടി പുറകിലേക്കിട്ട് നടന്നു.. അവരുടെ വ്യത്യസ്തത പുലർത്തുന്ന വേഷവിധാനം ആശ്ചര്യപൂർവ്വം ആളുകൾ നോക്കി കണ്ടു. പടിപ്പുര കടക്കുമ്പോൾ ദൂരെ വൃക്ഷങ്ങൾക്ക് ഇടയിൽ നിൽക്കുന്ന ജലഗന്ധമന അവർക്കണ്ടു.

"നിസാരക്കാരല്ല. കണ്ടില്ലേ എട്ടുകെട്ടാണെന്നാ തോന്നുന്നേ.. ആരെയെങ്കിലേം തല്ലികൊന്നിട്ടാൽ ഒരാള് പോലും അറിയില്ല. ഭൈരവന്റെ വാക്കുകൾ കേട്ടില്ലന്ന മട്ടിൽ അവൾ മുന്നിലേക്ക് നടന്നു. ഭീതിയുടെ നിഴൽകൂത്ത് നടക്കുന്നത് ഈ മനയിലാണോ? ഈടെ ആണോ ആ ദുരാത്മാവ്.."

"അവൾക്കങ്ങനെ പ്രത്യേകിച്ചൊരു സ്ഥലമില്ല. എല്ലായിടത്തും അധിവസിക്കുന്നു." പൂമുഖത്തുനിന്ന ആര്യൻ അവരെ തെക്കിനിയിലേക്ക് കൂട്ടിക്കൊണ്ട്പോയി. രുധിര മുറിയിലേക്ക് കാലെടുത്തു കുത്തിയതും അതിഭയാനകമായ ശബ്ദത്തോടെ കളപ്പുരയുടെമേൽക്കൂര തകർന്ന് താഴെ വീണു.

ജലഗന്ധമനയുടെ നാശം കാണാൻ വന്നവളെന്ന് ആ നിമിഷം തോന്നിപ്പോയി. പക്ഷേ അവൾക്കൊരു കൂസലും ഉണ്ടായിരുന്നില്ല. അവൾക്ക് മാറ്റിയുടുക്കാനുള്ള വേഷങ്ങളും, ചമയങ്ങളും ആര്യൻ മുറിയിൽ കരുതിവെച്ചിരുന്നു.

"വിശ്രമിക്കൂ.. യാത്രകഴിഞ്ഞു എത്തിയതല്ലേ.."

ഭൈരവനോട് തന്നെ അനുഗമിക്കാൻ ആംഗ്യം കാണിച്ചു. നിങ്ങൾക്ക് പത്തായപ്പുരയിൽ കിടക്കാം. അവിടെ കട്ടിലും പായയുമൊക്കെ ഉണ്ട്. എന്ത് ആവശ്യമുണ്ടെങ്കിലും ചോദിയ്ക്കാൻ മടിക്കേണ്ട. ഉച്ചത്തിലുള്ള ശബ്ദം കേട്ട് ആര്യൻ തിരിഞ്ഞു നോക്കി

"എന്താ തിരുമേനി",

"നാളെ മുതൽ പുതിയൊരു അദ്ധ്യായം തുടങ്ങുകയാണ്. നമ്മൾ തേടിപ്പിടിച്ചവളെ അതിന് വേണ്ടി സജ്ജമാക്കണം. വേദപഠനം ആരംഭിക്കണം. കർമ്മത്തിന്റെ പ്രാരംഭമന്ത്രങ്ങൾ അവൾക്ക് ഉപദേശിക്കണം വേദങ്ങളുടെ അടിസ്ഥാന രൂപീകരണം പൂജയ്ക്ക് തീർത്തും അവശ്യമാണ്. വരുന്ന മഹാപൂർണ്ണിമയ്ക്ക് ഇനിയും ദിനങ്ങൾ ഉണ്ട് അതിനിടയിൽ എല്ലാം ശുഭമായി വന്നാൽ ഞാൻ കണക്ക്കൂട്ടിയ പോലെ നടക്കും."

രാത്രിയുടെ മൂകതയിൽ നിന്നൊരു മൂങ്ങ മനയുടെ മേൽക്കൂരയിൽ എന്തോ രഹസ്യമായി നോക്കിയിരുന്നു. സർപ്പങ്ങൾക്കും, മൂങ്ങകൾക്കും, ഗ്രന്ഥങ്ങൾ കാവലായിരിക്കുന്ന പങ്ക് ചെറുതൊന്നും അല്ല. രാത്രിയിൽ ദീർഘദൃഷ്ടിയുള്ള മൂങ്ങകളോളം കാഴ്ച മനുഷ്യർക്ക് പോലും ഇല്ല. അവർക്കിടയിലൂടെ ശബ്ദമുണ്ടാക്കി മൂങ്ങ പറന്നുയർന്ന് ഗ്രന്ഥപുരയുടെ മൂൻപിൽ ചെന്നിരുന്നു.. ദിവസങ്ങൾക്ക് അപ്പുറം.

ഗ്രന്ഥപ്പുരയിലിരുന്ന് ഗ്രന്ഥമെഴുതുന്നതിനിടയിൽ എന്റെ മനസ്സൊന്ന് വ്യതിചലിച്ചു. പുറത്തെ തളത്തിലൂടെ നീങ്ങുന്ന അവളുടെ കൊലുസിന് പോലും ആളുകളെ മയക്കാനുള്ള കഴിവുണ്ട്. പല രാത്രികളിലും നുരപൊന്തുന്ന കാമം അടക്കിപ്പിടിച്ചു കമിഴ്ന്ന് കിടന്നിട്ടുണ്ട്. കാരണം ആവശ്യം കഴിഞ്ഞാൽ തീണ്ടാപ്പാടകലെ എന്ന രീതി വശമില്ല, ഇന്നുവരെ ബ്രഹ്മചര്യം ജീവിതവ്രതമായിരുന്നു.

കാടിന്റെ ആത്മാവിൽ ചവിട്ടിനിന്ന് മൂപ്പന് കൊടുത്ത വാക്ക് പല

തവണ കാതുകളിൽ മുഴങ്ങിക്കേട്ടു. ഒരു ചതിയുടെ ഭാഗമായ അവളുടെ ജന്മരഹസ്യം അറിയാവുന്ന ഒരാളെന്ന മുറയിൽ, എല്ലാം കൂടി ചേർത്തുനോക്കുമ്പോൾ ഞാൻ അതെ പാതയിലൂടെ പിന്തുടരുന്നത് അഭികാമ്യമായി തോന്നിയില്ല.

മഹാപൂർണിമയിൽ നടക്കാനിരിക്കുന്ന സംഭവബഹുലമായ കാലത്തിന്റെ ഓരേട് ഞാനിവിടെ സൃഷ്ടിക്കുന്നു.. ദുർമന്ത്ര താളിയോലകളിൽ മാത്രം എഴുതിവെച്ചിരിക്കുന്ന ആവാഹനരീതി, ഏതെങ്കിലും മാന്ത്രികൻ പരീക്ഷിച്ചു നോക്കിയിട്ടുണ്ടോ എന്നറിയില്ല.. പക്ഷേ ഞാനാ രംഗം പുനസൃഷ്ടിക്കുന്നു... ഭാവനാസൃഷ്ടിയിലൂടെ ലേഖനം ചെയ്യുന്നു...

മഹാപൂർണ്ണിമയുടെ യാമങ്ങളിൽ യക്ഷിക്കാവ് ഒരുങ്ങിക്കഴിഞ്ഞു. എന്റെ കാർമ്മികത്വത്തിൽ പൂജയുടെ ആരംഭം. പന്തങ്ങളുടെ പ്രകാശവലയം. സുമംഗലിയായി അണിയിച്ചൊരുക്കിയ പെൺകുട്ടി, നിറങ്ങളെഴുതിയ കളങ്ങളിൽ മന്ത്രവാദത്തിന്റെ അന്തരീക്ഷം. ആൽമരത്തിന്റെ തെക്ക് മാറി ആറടി താഴ്ചയിലൊരു കുഴിയെടുത്ത് ദഹനഹോമത്തിന് തയ്യാറാക്കിയിരിക്കുന്നു. മന്ത്രങ്ങൾ ആവാഹിച്ച ചങ്ങലകൾ ആൽമരത്തിൽ ബന്ധിച്ചിരിക്കുന്നു..

"ഇനി മൂന്ന് രാത്രികൾ.. മൂന്നാമത് രാത്രിയിൽ അവൾക്ക് പിൻവാങ്ങാനുള്ള നേരമടുക്കും... അതിന് ശേഷം അജയനായ എന്നെ തകർക്കാൻ ഒരു ശക്തിയ്ക്കും കഴിയില്ല.. കന്യകയെ ബലികൊടുക്കുന്നതോടെ എന്റെ ശക്തികൾ വർധിക്കും.. ആർത്തട്ടഹസിച്ചു..."

ഗ്രന്ഥത്തിൽ മുഴുകിയിരുന്ന കൃതിക ഒന്ന് ഞെട്ടി. അവളുടെ ഫോൺ ഉച്ചത്തിൽ ശബ്ദിച്ചു..

"ഹലോ.. എന്താ അമ്മേ.. ഞങ്ങളിപ്പോൾ തന്നെ എത്താം."

"എന്താ കൃതിക. എന്താ സംഭിച്ചത്?"

"അറിയില്ല. എത്രയും പെട്ടെന്ന് നമുക്ക് അവിടെ എത്തണം." സെന്തിൽ ഗ്രന്ഥം ചേർത്തുകെട്ടി. വിഷ്ണുവിനോട് പറഞ്ഞു.. "ഈ ഗ്രന്ഥം ഇനി ഇവിടെ സൂക്ഷിയ്ക്കണ്ട. നമുക്ക് കയ്യിൽ കരുതാം."

വിഷ്ണുവും അത് ശരിവെച്ചു. മൂവരും കതക് ചേർത്തടച്ചു. ജലഗന്ധമനയുടെ പുറത്തേക്കിറങ്ങി. കാറിൽ കയറിയ കൃതികയുടെ മനസ്സ് പലതും ചിന്തിച്ചുകൂട്ടി. കാർ അതിവേഗം നീങ്ങി..

തറവാടിന്റെ മുൻപിൽ അലക്ഷ്യമായി നിർത്തിയ കാറിൽ നിന്നിറങ്ങി കൃതിക അകത്തേക്ക് ഓടിക്കയറി. തൊട്ടുപുറകെ വിഷ്ണുവും സെന്തിലും. സ്വീകരണമുറിയിലിക്കുന്ന അയാളെ കണ്ടതും എല്ലാവരും നിശ്ചലമായി.

പതിനൊന്ന്

ഇൻസ്പെക്ടർ കൗഷിക് കസേരയിലിരിക്കുന്നു സംശയാസ്പദമായി ചൂഴ്ന്ന് നിൽക്കുന്ന മൂവരും അദ്ദേഹത്തിന്റെ അടുത്തേക്ക് നടന്നടുത്തു. അടുത്തിട്ടിരിക്കുന്ന കസേരയിലേക്ക് ചേർന്നിരുന്നു.

“എന്താ സർ”

“പ്രശ്നം കുറച്ചു രൂക്ഷമാണ്. തെളിവുകളുടെ പിൻബലം ഇയാൾക്ക് കൂടുതലാണ്. പഴുതുകളടച്ച് കൊണ്ടുള്ള ഒരു പൂട്ടിട്ടാണ് എഫ്. ഐ. ആർ.എഴുതി തയ്യാറാക്കുന്നത്. അതിൽ നിന്ന് രക്ഷപ്പെടാൻ ഒരു വഴിയും നിങ്ങൾക്കില്ല. അതിനുള്ളിൽ യാഥാർഥ്യമെന്തെന്ന് വെളിപ്പെടുത്തിയാൽ എല്ലാം സരളം.”

ഇൻസ്പെക്ടരുടെ മറുപടിയിൽ സെന്തിലിന്റെ മനസ്സ് മറ്റൊരു തലത്തിലേക്ക് ചിന്തിച്ചു. പ്രതിസന്ധിയിൽ തളരാതെ കൂടെ നിൽക്കുന്നവരുടെ സുരക്ഷ തന്റെ കരങ്ങളിൽ ഭദ്രമാണെന്ന് വാക്കുനൽകിയത് ഓർത്തു.

“സർ കാര്യം പറഞ്ഞില്ല. എന്താ അവളുടെമേലുള്ള ആരോപണം. അടിസ്ഥാനരഹിതമായ ആരോപണങ്ങൾ ഒരു നിരപരാധിയിൽ ചുമത്തി ഒരാളുടെ ഭാവിനശിപ്പിക്കരുത് സർ.”

വിഷ്ണുവിന്റെ വാക്കുകൾ ഇൻസ്പെക്ടറെ ക്ഷുഭിതനാക്കി. അയാൾ ചിന്തിക്കാനുള്ള സമയമെടുക്കാതെ പ്രത്യുത്തരം നൽകി.

“അതൊക്കെ തീരുമാനിക്കാൻ ഇവിടെ കോടതിയുണ്ട്. ആരും നിയമം കയ്യിലെടുക്കാൻ ശ്രമിക്കേണ്ട.”

തത്സമയം സെന്തിലിന്റെ സമയോചിതമായ ഇടപെടൽ.

“സർ ക്ഷമിക്കണം. അവന്റെ ബുദ്ധിമോശം കൊണ്ട് പറഞ്ഞു പോയതാ. എന്താ യാഥാർഥ്യത്തിൽ സംഭവിച്ചത്.”

“കൃതിക മാത്രമല്ല വിഷ്ണുവും സംശയത്തിന്റെ നിഴലിലാണ്. കുറച്ചു ദിവസങ്ങൾക്ക് മുൻപ് ഇവിടെ ഒരുമരണം സംഭവിച്ചു. അത് നേരി

ട്ട് കണ്ട വ്യക്തിപറഞ്ഞത് അതിനുപിന്നിൽ അദൃശ്യശക്തിയുടെ മായാമാന്ത്രികതയാണെന്നാണ്. പക്ഷേ എന്നിൽ ഇല്ലാത്തതും അയാളിൽ ഉണ്ടായിരുന്നതും ഒന്ന്തന്നെയാണ്. ഭയമെന്ന വികാരം. ഞാനതൊന്നും മുഖവിലയ്ക്ക് എടുത്തിട്ടില്ല. അയാളുടെ മരണസ്ഥലത്തെ തെളിവുകളും ചില അടയാളങ്ങളുടെ പരിശോധനയിൽ അന്വേഷണം എത്തിനിന്നത് കാടിനുള്ളിൽമറഞ്ഞു നിൽക്കുന്ന ഒരു പഴയകോട്ടയിലാണ്. ആ കോട്ടയിൽ നിന്നും കൃതികയുടെ വിരലടയാളം തെളിഞ്ഞു കിട്ടിയിട്ടുണ്ട്.."

അത് പറഞ്ഞപ്പോൾ ഇരുവരും ആദ്യമൊന്ന് ഞെട്ടി. പലതും മുഖത്ത് പ്രതിഫലിക്കാതിരിക്കാൻ ശ്രമിച്ചു. പെട്ടന്ന് കൗഷിക് പറഞ്ഞുകൊണ്ടു വന്ന കാര്യത്തിൽ നിന്ന് വ്യതിചലിച്ചു ചുവട് മാറ്റിചവിട്ടി.

"മാന്ത്രികൻ നാഗാന്തകനെ അറിയോ?"

"അറിയാം! പല വിഷമഘട്ടങ്ങളിലും എന്നെ സഹായിച്ചിരുന്നത് അദ്ദേഹമാണ്." വിഷ്ണു പറഞ്ഞു

"എന്നാൽ കുറച്ചു ദിവസങ്ങൾക്ക് മുൻപ് അദ്ദേഹത്തെ കാണ്മാനില്ല. ഭാര്യ നൽകിയ പരാതിയിൽ അന്വേഷണം ആരംഭിച്ചപ്പോൾ സംശയാസ്പദമായി വിരൽ ചൂണ്ടിയത് നിങ്ങളിലേക്കാണ്."

കൗഷിക്കിന്റെ ആരോപണങ്ങളിൽ വിഷ്ണു പതറി. കൃതികയുടെ മിഴികൾ വിഷ്ണുവിലേക്ക് നോക്കി.

"അദ്ദേഹത്തിന്റെ അവസാന സംഭാഷണം നിന്നോടാണെന്ന് തെളിഞ്ഞിട്ടുണ്ട്. ഇനി രക്ഷയില്ല. എന്താണെന്ന് തുറന്ന് പറയുന്നതാണ് നിങ്ങൾക്കും നല്ലത്."

"സർ ഇനി ഞങ്ങളൊന്നും മറയ്ക്കുന്നില്ല. ദിവസങ്ങളായി കൊണ്ടുനടക്കുന്ന ചില പ്രശ്നങ്ങൾ ഞങ്ങളുടെ ഉള്ളിൽ കിടന്ന് പുകയുകയാണ്.."

സെന്തിൽ അദ്ദേഹത്തോട് അദൃശ്യമെന്ന ഗ്രന്ഥവും അതിനോട് ചുറ്റപ്പെട്ടുകിടക്കുന്ന മായാമാന്ത്രികതയുടെ നേർക്കാഴ്ചകൾ വിശദീകരിച്ചു. ദേവാംഗനയെന്ന ദുരാത്മാവിന്റെ ആക്രാന്തവിക്രിയങ്ങളുടെയും കൺകെട്ട്വിദ്യ തുറന്നെഴുതുന്ന രണ്ടാമത്തെ ഗ്രന്ഥത്തെയും കുറിച്ചും ബോധ്യപ്പെടുത്തി. ക്ലോക്കിൽ സൂചി പെട്ടെന്ന് നിലച്ചുകൊണ്ട് പുറകിലേക്ക് തിരിഞ്ഞു.. സെന്തിലിന്റെ വാക്കുകളിലൂടെ കഴിഞ്ഞകാലഘട്ടത്തെ പുനരാവിഷ്കരിച്ചപ്പോൾ കൗഷിക് സ്വയനിലമറന്നിരുന്നുപോയി. കൃതിക സാരിത്തലപ്പുകൊണ്ട് വിയർപ്പ് തുള്ളികൾ തുടച്ചു. വിഷ്ണുവിൽ നിന്നൊരു ആശ്വാസം അടർന്നുവീണു. അവ്യക്തതയു

ടെ മറനീക്കിയ സത്യങ്ങൾ വ്യക്തമായതോടെ കൗഷിക്കിന് തീക്കനൽ കൂമ്പാരങ്ങൾ നിരത്തിയ ചുടുകാട്ടിലൂടെ നടക്കുന്നത് പോലെ തോന്നി. ദേഹമാസകലം ചുട്ടുപൊള്ളുന്ന അസഹിഷ്ണുത.

ഇത്രയും ഭയാനകത പ്രകടിപ്പിക്കുന്ന യക്ഷിയുടെ നേർക്കായിരുന്നോ വിലങ്ങുകൾ ബന്ധിയ്ക്കാൻ നടന്നത്.. ബുദ്ധിമോശം സംഭവിച്ചതോർത്ത് അപകർഷതാബോധം തോന്നുന്നു. ചോദ്യങ്ങൾ ചോദിയ്ക്കാൻ ചുണ്ടുകൾ വിറച്ചു. തൊണ്ടയിടറി. ഒരു പ്രദേശത്തെ മുഴുവൻ വിഴുങ്ങുന്ന അഗ്നിയായിരുന്നോ ആ ദുരാത്മാവ്. വർഷങ്ങൾ ഇത്ര കാലഹരണപ്പെട്ടിട്ടും അവളുടെ ശക്തികളെ ആവാഹിച്ചു ബന്ധിക്കാൻ ഇന്നേവരെ ഒരു മാന്ത്രികനും കഴിഞ്ഞിട്ടില്ല. മന്ത്രങ്ങൾക്കും അതീതമാണ് ഒരു ദുരാത്മാവ്. അദൃശ്യശക്തികളോട് പൊരുതി നേടുന്നത് മനുഷ്യസഹജമല്ല.

മാന്ത്രിക താന്ത്രിക വിദ്യകൾക്ക് അയൽഗ്രാമങ്ങളിൽ നിന്ന് പോലും ആളുകൾ തിരക്കിവരുന്ന ജലഗന്ധമനയിലെ കൊടികുത്തിയ മാന്ത്രികർക്ക് പോലും അവളെ ബന്ധിക്കാൻ കഴിയാത്തപക്ഷം ദേശവാസികൾക്ക് മാന്ത്രികരിലുള്ള വിശ്വാസം നഷ്ടപ്പെടുന്നു.

വിഷ്ണു ചിലത് കൂട്ടിച്ചേർത്തു.

ഇത്രനാളുകൾ അവളുടെ ബന്ധന രഹസ്യത്തിലേക്ക് എത്തിപ്പെട്ടിട്ടില്ല. അന്തർഇന്ദ്രിയത്തിൽ കാഴ്ചകൾ മറച്ചുവെച്ചിരിക്കുന്നു. സത്യങ്ങൾ ഇരുളും വെളിച്ചവും പോലെയാണ് രൂപമാറ്റമില്ല ഭാവവ്യതിയാനങ്ങളെ സംഭവിക്കുന്നുള്ളൂ.

മാന്ത്രികവിദ്യയുടെ കലവറയിൽ ചിത്രപ്പൂട്ട് ബന്ധിച്ച ആ രഹസ്യത്തിന്റെ താക്കോൽ ഏത് ഇരുളറകളിൽ മറച്ചുവെച്ചാലും ഞാനത് തേടികണ്ടെത്തും. അന്തിമ വിജയം സത്യത്തിന്റെ പക്ഷത്തായിരിക്കും.

സെന്തിലിലെ മനുഷ്യചേതനയുടെ മൗലികഭാവങ്ങൾ മിന്നിമാഞ്ഞു.

പിന്നീട് എന്താണ് ആ കഥയിൽ സംഭവിച്ചത്.. ഇപ്പോഴാ ഗ്രന്ഥം എവിടെയാണ്. എന്റെ കൈവശം തന്നെയുണ്ട്. ഏഴുപുറങ്ങൾക്ക് അപ്പുറം വായിച്ചുനിർത്തിയപ്പോൾ അറിഞ്ഞിരുന്നില്ല.. എട്ടാം പുറത്ത് മറഞ്ഞിരിക്കുന്ന മരണരഹസ്യം.

തലകുനിച്ച നിലയിലിരുന്നു ആർദ്രസ്വരത്തിൽ കൗഷിക് പറഞ്ഞു.

“ഇനി നിങ്ങൾക്ക് ഒപ്പം ഇതിന്റെ യാഥാർഥ്യം കണ്ടെത്താൻ ഞാനും കൂടിയുണ്ടാകും. എന്തൊക്കെ പ്രതിസന്ധികൾ നേരിടേണ്ടിവന്നാലും ഒന്നിച്ചങ്ങ് നേരിടാം. എല്ലാവർക്കും പ്രത്യേകതരത്തിലുള്ള ഊർജ്ജം, കിട്ടിയത് പോലെ. കാലത്തിനതീതം ചുരുളഴിയാതെ കിടന്ന

തെക്കുംകൂർ ഭാഗത്തിന്റെ അന്തർനാടകീയതയുടെ പ്രാരംഭവും അന്ത്യവും അദൃശ്യശക്തിയുടെ ഇരുളടഞ്ഞ അദ്ധ്യായങ്ങൾ തന്നെ.ധാരണയിലെത്തിയ കൗഷിക് തടവാടിന്റെ പടിയിറങ്ങി.

ഭയം ചലിപ്പിച്ച നിമിഷങ്ങളുടെ പരിത്യാഗത്തോടെ കൃതിക മുറിയിലേക്ക് എഴുന്നേറ്റ് നടന്നു. സെന്തിലിന്റെയും വിഷ്ണുവിന്റെയും ഇടയിൽ വലിയൊരു മഴപെയ്ത് തോർന്നത് പോലൊരു അനുഭൂതി.

അഭിമുഖസംഭാഷണം കഴിഞ്ഞു മടങ്ങിയ കൗഷിക് സ്നാനവും, അത്താഴവും കഴിച്ചു മുറിയിലേക്ക് നടന്നു.

കിടക്കവിരി കുടഞ്ഞു വിരിച്ചു. ചുമരിൽ ബന്ധിച്ചിരിക്കുന്ന ഘടികാരത്തിന്റെ ധോലകം ആടിയുലഞ്ഞു. കട്ടിലിൽ കയറി കിടന്നു.. എങ്ങും നിശബ്ദത മാത്രം. പെട്ടെന്നെന്തോ ഒരു ചിന്ത വീശിയടിച്ച കൊടുംകാറ്റ് പോലെ പാഞ്ഞു. പിടഞ്ഞെഴുന്നേറ്റ് കോട്ടയിൽ നിന്നും ഫോണിൽ പകർത്തിയിരുന്ന ചിത്രങ്ങൾ സസൂക്ഷ്മം നോക്കി. അബോധമനസ്സിൽ നിന്നും ബോധമനസ്സിലേക്ക് ശരവേഗത്തിൽ പായുന്ന സത്യങ്ങൾ,

ശിവന്റെ വാക്കുകൾ തള്ളിക്കളയാനാവുന്നില്ല. അന്നത് ഉൾക്കൊള്ളാൻ കഴിയാതിരുന്നത് എന്റെ മനസ്സിന്റെ വൈകല്യം. വിഷം ബാധിച്ച മനസ്സിൽ നിന്നും അഹന്തയെ പിന്തള്ളി അയാൾ ശിവനെ കാണാൻ നിശ്ചയിച്ചു.

രാത്രിയുടെ നീലിമ പാതിവീണ പൂമുഖത്ത് നിൽക്കുന്നയാൾ പലതവണ കതകിൽ തട്ടി. ശബ്ദംകേട്ട് എഴുന്നേറ്റതും വൈദ്യുതി നിലച്ചു. അഗ്നി പകർന്ന മെഴുകുതിരി കൈയിലെടുത്തുകൊണ്ട് കൗഷിക് വാതിലിന്റെ അടുത്തേക്ക് ഒറ്റടിവെച്ചു. കതക് തുറന്ന് ഇരുട്ടിൽ മുഖം വ്യക്തമല്ലാത്ത ആജാനുബാഹുവായ ഒരാൾ നിൽക്കുന്നു. തിരിവെളിച്ചം അയാളിലേക്ക് അടുപ്പിച്ചുകൊണ്ട് അവ്യക്തമായ മുഖത്ത് പ്രകാശം പടർന്നു. അയാളുടെ നെറ്റിയിലും,വസ്ത്രത്തിലും ഉണങ്ങിപ്പിടിച്ച രക്തക്കറ.

എന്ത് പറ്റി മറുപടി പറയാൻ പോലും അയാളുടെ നാവ് ചലിച്ചില്ല. മുഖം പോലും തെല്ലും അനങ്ങാതെ സ്തംഭിച്ചങ്ങു നിന്നു. പാതിതുറന്നുവെച്ച മിഴികൾ അടയുന്നത് നോക്കിനിൽക്കെ മരവിച്ചശരീരം അയാളിലേക്ക് ചരിഞ്ഞുവീണു. സർവ്വശക്തിയുമെടുത്ത് പിന്തള്ളി രണ്ടടി പുറകിലേക്ക് മാറി ജീർണിച്ച ശരീരം നോക്കി നിൽക്കെ മനസ്സിൽ സംശയം നിലനിർത്തി. തറയോടുകൾ നിരത്തിപാകിയ പൂമുഖത്ത് ഭീകരസത്വമായി അയാൾ മലർന്നു വീണു..

പന്ത്രണ്ട്

താഴെവീണ ശരീരം ചിന്നിച്ചിതറി തല ഉരുണ്ടുനീങ്ങി കൗഷികിന്റെ കാലടികളിൽ അയാളെ നോക്കി കിടന്നു. അടഞ്ഞ മിഴികൾ തുറന്നതും ആ കണ്ണുകളിൽ ഭീതിയുടെ നിഴൽ പാടകെട്ടിയിരിക്കുന്നു. പെട്ടെന്ന് നിദ്രമുറിച്ചെഴുന്നേറ്റ് സമയം നോക്കി..

പുലരാനിനി ഒരുപാട് ഉണ്ട്. ഈ നിൽക്കുന്ന ഓരോ നിമിഷവും ഭയം മനസ്സിനെ കീഴ്പ്പെടുത്തി. കൗഷികിന്റെ നിദ്രയെ മുറിച്ച ദുഃസ്വപ്നത്തിന്റെ കാര്യകാരണങ്ങളെക്കുറിച്ച് ചിന്തിച്ചു നടന്നു. പതിനെട്ട് വർഷങ്ങൾക്ക് മുൻപ് കാണാതായ ആര്യന്റെ മുഖചിത്രവും തന്റെ മുൻപിൽ ജഡം പോലെ മലർന്നുവീണ അയാളുടെ മുഖത്തിന്റെ സമാനതകൾ മനസ്സിൽ തെളിഞ്ഞു. ഒട്ടും അമാന്തിക്കാതെ രേഖകളുടെ ഒരു പകർപ്പ് കയ്യിൽ സൂക്ഷിച്ചിരുന്നു അതിൽനിന്നും ആര്യനെ കുറിച്ചുള്ള വിവരങ്ങൾ, അടയാളങ്ങൾ പരിശോധിച്ചു.

സെന്തിൽ ഏകനായിരുന്ന് ഗ്രന്ഥത്തിന്റെ ബന്ധനമഴിച്ചു മിഴികൾ ഓടിച്ചു. ഏഴുപുറങ്ങൾ വായിച്ചു നിർത്തിയ വസ്തുതകളുടെ വെളിച്ചതിൽ എട്ടാമത്തെ പുറത്തിൽ ചുരുങ്ങിയ ചില വാക്കുകൾ നിരത്തി എഴുതിയിരിക്കുന്നു. കാലത്തിനതീതമായി സംശയങ്ങൾ വെച്ചു ജീവിക്കേണ്ടിവന്നാൽ മനസ്സ് സഹജനിലയിലേക്ക് മടങ്ങിവരാൻ കോടികൽപ്പങ്ങൾ തപമനുഷ്ഠിക്കേണ്ടി വരും. കാലാന്തരങ്ങൾ മാറിവരുന്ന തലമുറകളിൽ അതൊക്കെ വെറും അർത്ഥശൂന്യമായ നേർക്കാഴ്ചകൾ ആയിരിക്കും.

അതികഠിനമായി മാന്ത്രികതയും മാന്ത്രികനും തമ്മിലുള്ള ബന്ധത്തിന്റെ കണ്ണികൾ അറ്റ്പോകുന്നതിന് മുൻപ്..

മനക്കുളത്തിൽ നൂറ്റിയൊന്ന് മുങ്ങി നിലവറയിൽ കുടിയിരിക്കുന്ന ഭഗവതിയെ വണങ്ങി. മനസ്സും ശരീരവും ഏകാഗ്രമാക്കി. മാന്ത്രികപ്പുരയുടെ കിഴക്കെ മൂലയിൽ താഴ്ചേർത്ത തകരപ്പെട്ടിയിൽ ചെമ്പട്ടിൽ പൊതിഞ്ഞ മായക്കണ്ണാടിയുണ്ട്. കണ്ണാടി അഭിമുഖമായി പിടിച്ചു പാ

ളിനോക്കിയാൽ മങ്ങിയ രീതിയിലെഴുതിയ രഹസ്യമന്ത്രം ഏഴ്തവണ ജപിക്കുക.. അതിനുള്ളിൽ തെളിയുന്ന ദൃശ്യങ്ങൾ നഗ്നനേത്രങ്ങളുടെ വീക്ഷണകോണുകളിൽ പൊലിമ നഷ്ടപ്പെടാത്ത ദൃശ്യങ്ങളെ വരച്ചുകാണിക്കുന്നു. മന്ത്രസിദ്ധിയോടെ മായക്കണ്ണാടിയിൽ തെളിയുന്ന കാഴ്ചകൾ മാന്ത്രികർക്ക് മാത്രേ ദർശിക്കാൻ കഴിയൂ..

ഒരിക്കൽ ദൃശ്യങ്ങൾ പതിഞ്ഞു കഴിഞ്ഞാൽ പിന്നീട് ഒരിക്കലും ആ ദർപ്പണം സ്പർശിക്കാൻ പാടില്ല. പിന്നെ അതിന്റെ അവകാശം മനയുടെ അടുത്ത മാന്ത്രികനായിരിക്കും. സ്വാർത്ഥമോഹങ്ങൾക്ക് വേണ്ടി, സ്വയനിലമറന്നുള്ള പ്രവൃത്തികൾക്ക് സഹായകമാകുന്ന യാതൊന്നിനും ദർപ്പണം ഉപയുക്തമാക്കാൻ പാടില്ല. വിധിമുറകൾ തെറ്റിച്ചു ആ ദർപ്പണം സ്പർശിച്ചാൽ വികൃതരൂപിയായി ജീവിക്കേണ്ടിവരും. സർവ്വംമായ ജഗദ്മിഥ്യ.. ഗ്രന്ഥം അടച്ചു മുറിയിലെ കസേരയിൽ ചേർന്നു കിടന്നു. രാത്രി അരങ്ങൊഴിഞ്ഞു സൂര്യരശ്മികൾ പതിഞ്ഞ പ്രഭാതങ്ങൾ പ്രകൃതിയുടെ വിസ്മയങ്ങളാണ്.

എല്ലാവരും എഴുന്നേൽക്കുന്നതിന് മുൻപ് ആരോടും ഒന്നും പറയാതെ സെന്തിൽ പുറത്തേക്ക് പോയി. മനയിലെത്തി ഗ്രന്ഥത്തിൽ എഴുതിയത് പോലെ കുളത്തിൽ നൂറ്റിയൊന്ന് മുങ്ങി ഓരോ തവണകൾ മുങ്ങി നിവരുമ്പോഴും അമ്മാവന് സംഭവിച്ചതെന്തെന്ന് അറിയാനുള്ള ആഗ്രഹം അധികം. ദേവാംഗനയുടെ മരണരഹസ്യത്തിലേക്കുള്ള വഴികൾ തുറക്കാൻ ഉള്ള പഴുതുകൾക്കായി ആ ദർപ്പണം എടുക്കണം.

ഈറൻമാറി വിഭൂതി നീട്ടിവരച്ചു. ഗ്രന്ഥപ്പുര തുറന്നു. മായാദർപ്പണമെടുത്തു. അഭിമുഖമായി ചേർത്തുവെച്ചു മിഴികളടച്ചു മനസ്സിൽ മന്ത്രം ഉരുവിട്ടു. ദർപ്പണത്തിനുള്ളിൽ ഒരു നീലവെളിച്ചം പടർന്നു.. ദൃശ്യം തെളിഞ്ഞു..

അർദ്ധരാത്രിയുടെ പൊലിമയിൽ യക്ഷിക്കാവ്. പാലമരത്തിൽ നിന്നും പൂവുകൾ പൊഴിഞ്ഞു വീണ തറയിൽ മന്ത്രവാദ കളങ്ങളൊരുങ്ങി. പന്തങ്ങൾ അരയാലിൽ കെട്ടിവെച്ചിരിക്കുന്നു. ആൽമരത്തിന് തെക്ക്മാറി ആറടിയിൽ കുഴിസജ്ജമാക്കി. ആവാഹനകർമ്മം തുടങ്ങി. ഇടിമുഴങ്ങി ഇതുവരെ അദൃശ്യയായിരുന്ന ദുരാത്മാവ് പ്രകൃതിക്ഷോഭമായി വീശിയടിച്ചു. ആൽമരത്തിന്റെ തൂങ്ങിയാടുന്ന വള്ളിപ്പടർപ്പുകൾക്കുള്ളിൽ നിന്നൊരു രൂപം തെളിഞ്ഞു. മുട്ടിറങ്ങി മുടി കാറ്റിൽ പറന്നുയർന്നു. കസവ് നേരിയ വെള്ളമുണ്ടും. മുലക്കച്ചയും കെട്ടിയ പതിനാറ് തികയാത്ത ദേവാംഗന. മാന്ത്രികൻ ധനഞ്ജയൻ അവളെ

യൊന്ന് പാളിനോക്കി. ആരെയും വശീകരിക്കുന്നതാണ് നിന്റെയീ സൗന്ദര്യം. മരണമടഞ്ഞില്ലായിരുന്നെങ്കിൽ നിന്നെ ഞാനെന്റെ ജീവിതത്തിലേക്ക് ക്ഷണിക്കുമായിരുന്നു. പക്ഷേ നിനക്ക് ശരീരമില്ല ഇത്രയും വർഷങ്ങൾ അരൂപിയായ വർണ്ണശലഭമായി നീ പാറിനടന്നു.

യക്ഷിക്കാവിന് പുറകിൽ നിന്നും വിവാഹവേഷത്തിൽ രുധിരമാല നടന്നുവന്ന് ആൽമരത്തിന് കീഴിൽ മുഖംതാഴ്ത്തിനിന്നു.

"ഇത് നിനക്കുള്ള ശരീരമാണ്. ആ ശരീരത്തിലേക്ക് നീ പ്രവേശിച്ചുകഴിഞ്ഞാൽ അഗ്നിസാക്ഷിണിയായി കരംപിടിയ്ക്കാൻ ഞാൻ തയ്യാറാണ്."

ആദ്യം അവൾ ഒന്ന് മടിച്ചു. അന്തരീക്ഷം ഇളകിമറഞ്ഞു. ആടിയുലഞ്ഞ വന്മരം കടപുഴകി വീണു. പിന്നീട് അവൾ ഒരു അദൃശ്യശക്തിയായി രുധിരയിലേക്ക് പ്രവേശിച്ചു. അവൾ ദേവാംഗനയുടെ പ്രഹരം താങ്ങാൻ കഴിയാതെ ആൽമരത്തിലേക്ക് ചേർന്നുനിന്ന നിമിഷം ആൽമരത്തിന് കുറുകെ ബന്ധിച്ചിരുന്ന ചങ്ങലക്കണ്ണികൾ അവളുടെ ശരീരത്തിനെ വരിഞ്ഞു മുറുകി. ആ നിമിഷം ധനഞ്ജയന്റെ അട്ടഹാസം യക്ഷിക്കാവിൽ അലയടിച്ചു.

"എന്റെ പദ്ധതി വിജയിച്ചിരിക്കുന്നു. നീ പ്രവേശിച്ച ഈ ശരീരം ഞാൻ അഗ്നിക്കിരയാക്കുന്നതോടെ ഈ നാടിന് നേരിട്ട ക്രൂരതകളോടെ നീ വീഴ്ത്തിയ ദുരന്തമുഖം ഞാൻ മാറ്റിയെഴുതും."

അവന്റെ വാക്കുകൾക്ക് പ്രത്യുത്തരമായി അവൾ മാന്ത്രികനെ അർത്ഥവത്തായി നോക്കി.

"അച്ഛന്റെ സഹോദരിയെ വിവാഹ അഭ്യർത്ഥന നൽകുന്ന നിന്റെ മനസ്സിന്റെ വൈകല്യം എന്നെ ലജ്ജിതയാക്കുന്നു.. എന്റെ മരണത്തിന് കാരണഭൂതനായ നിന്റെ പിതാവിനോടൊപ്പം നിന്നെയും ഞാൻ നരകലോകത്തിലേക്ക് പറഞ്ഞയക്കും. എന്റെ ലക്ഷ്യങ്ങൾ പൂർത്തിയാക്കുന്നതിന് ഒരു ശരീരം ആവശ്യമാണ്. അതിനു വേണ്ടിയാണ് നീ വിരിച്ചവലയിൽ അറിഞ്ഞുകൊണ്ട് ഞാൻ അകപ്പെട്ടതായി നടിച്ചത്. മൂഢാ ഞാൻ ജനിച്ചതും നീയിപ്പോൾ വളരുന്നതും ഓരേ മനയുടെ തായ്‌വഴി തന്നെ. നിന്റെ പിതാവിന്റെ കുശാഗ്രബുദ്ധിയിൽ മരണമടഞ്ഞ ദേവാംഗനയാണ് ഞാൻ.."

ജലഗന്ധമനയുടെ നാശം കാണാൻ വന്ന രക്തകാപാലിക. അവൾ ആ ഓർമ്മകളിലേക്ക് പിന്തിരിഞ്ഞു നടന്നു.

ധനുമാസക്കുളിരിൽ പേറ്റുനോവിൽ പുളഞ്ഞ അന്തർജനത്തിന്റെ ജീവനെടുത്തുകൊണ്ടാണ് ദേവാംഗന ജലഗന്ധമനയിൽ പിറന്നുവീ

ണത്. ഏഴ്തലമുറകൾക്ക് ശേഷമാണ് മനയിലൊരു പെൺകുഞ്ഞ് ജനിക്കുന്നത്. പന്ത്രണ്ടാം വയസ്സിൽ ഋതുമതിയായ അവളുടെ സൗന്ദര്യം പിതാവിൽ പോലും ഒരുനിമിഷം കാമാസക്തി പ്രേരിപ്പിക്കുന്നതായിരുന്നു.

പക്ഷേ, ജാതകത്തിലൊളിപ്പിച്ച ജന്മരഹസ്യം വൈകാതെ അവളറിഞ്ഞു. സർവ്വജ്ഞപീഠം പോലെ മനയിലെ മഹത്തായ പീഠത്തിലിരിക്കാൻ നിയോഗിക്കപ്പെട്ടവളാണ്. പുരുഷമാന്ത്രികരുടെ പിന്തുടർച്ചയിൽ ആദ്യത്തെ മാന്ത്രികതന്ത്രങ്ങൾ സ്വായത്തമാക്കിയ ദേവാംഗന. തനിക്ക് മുൻപേ അപൂർവമന്ത്രങ്ങൾ നേടിയ സഹോദരിയെ ചതിയിലൂടെ ഇല്ലാതാക്കാൻ അയാൾ തീരുമാനിച്ചു. മായാദത്തന്റെ കൗശലബുദ്ധിയിൽ കൂരിരുൾ തിങ്ങും രാത്രി മനയിൽ എല്ലാവരും ഉറങ്ങിയെന്ന് ഉറപ്പുവരുത്തി അറയിൽ പ്രവേശിച്ച മായാദത്തൻ ആഭിചാരമന്ത്രങ്ങൾ ആവാഹിച്ച വിഭൂതി ദേവാംഗനയുടെ ഉച്ചിയിൽ തേച്ചുപിടിപ്പിച്ചു.. ശേഷം ഹോമാഗ്നി അളിപ്പടരുന്ന താത്കാലികമായി നിർമ്മിച്ച മാന്ത്രികപ്പുരയിൽ പൂജ ചെയ്തു. മതിഭ്രമം സംഭവിച്ച ദേവാംഗന മുഴുഭ്രാന്തിയെ പോലെ മനയിലൂടെ ഓടി.. പരിഹാസത്തിന്റെ ഒരു പുഞ്ചിരി മായാദത്തനിൽ നിന്നും അടർന്നുവീണു.

മന്ത്രതാന്ത്രികവിദ്യയിലൂടെ ദേവാംഗനയുടെ നെഞ്ച് പിളർത്തി വലിച്ചുകീറിയ ശരീരം കലശങ്ങളിലാക്കി പലഭാഗങ്ങളിലും കുഴിച്ചു മൂടിയത് കാലത്തിന്റെ വിധിയല്ല. മാന്ത്രികന്റെ പിഴവിൽ നിന്നും കുലം മുടിയ്ക്കുന്ന രൗദ്രമൂർത്തിയിലേക്കുള്ള സഞ്ചാരയാത്ര.

വർഷങ്ങൾ പഴക്കമുള്ള മുത്തശ്ശിക്കഥകളായ സംഭവകഥകൾ കേവലം ചില ഗ്രന്ഥങ്ങളിൽ ആലേഖനം ചെയ്തിരിക്കുന്നു. ഓർമ്മകൾ പുറകിലേക്ക് സഞ്ചരിക്കുമ്പോൾ അവളുടെ പകയുടെ രൗദ്രത വർധിച്ചു. ഇതേസമയം ചതിപ്രയോഗം മനസ്സിലാക്കിയ ഭൈരവനും, രുധിരയ്ക്കും ചതിക്കപ്പെടുകയാണെന്ന് മാന്ത്രികന്റെ ഒളിഞ്ഞും പതുങ്ങിയുള്ള സംഭാഷണങ്ങളിൽ നിന്നും തിരിച്ചറിഞ്ഞു. ഭൈരവൻ ചിലപ്രതിവിധികൾ തയ്യാറാക്കിയിരുന്നു..

മാന്ത്രികബന്ധനം ദുരാത്മാവിനാണ്, മനുഷ്യന് കടിഞ്ഞാണിടാൻ ഏതൊരു മാന്ത്രികനും കഴിയില്ല. രുധിരയുടെ ശക്തിയിൽ ബന്ധിച്ചിരുന്ന ചങ്ങലകൾ തകർന്നു വീണു. അവൾ ഉയർന്നു പൊങ്ങി മാന്ത്രികന്റെ മാറിൽ ചവിട്ടി നിന്നു. അവളുടെ കാലടിയിൽ മാന്ത്രികന്റെ ഹൃദയം തുടിച്ചു. ആ നിമിഷം അയാൾ അവളുടെ വിചിത്രരൂപം കണ്ടു. ഒരു ശരീരത്തിന് ഇരുമുഖങ്ങൾ, പാതിമുഖം ദേവാംഗന അതിനോട്

പരസ്പ്പരപൂരകമായ മറ്റേ മുഖം രുധിരമാല. രണ്ടുപേരുടെയും ലക്ഷ്യം മാന്ത്രികൻ ധനഞ്ജയന്റെ മൃത്യു.

മരണത്തിന്റെ ചിറകടി ശബ്ദം അയാൾക്ക് നന്നേ അനുഭവപ്പെട്ടു. ധനഞ്ജയന് ചിന്തിക്കാനുള്ള സമയം കൊടുക്കാതെ ഇരുളിൽ നിന്നും വിഷം ചേർത്തു പുരട്ടിയ അമ്പ് മാന്ത്രികന്റെ കഴുത്തുതുളച്ചു കടന്നുപോയി. അസ്ഥിതുളച്ചു കയറുന്ന വേദനയിൽ മാന്ത്രികന്റെ ചുണ്ടുകളിൽ നിന്നും പ്രണവമന്ത്രങ്ങൾ ഉരുവിട്ടു. ജലഗന്ധമനയുടെ അനന്തരാവകാശിക്ക് മന്ത്രോപദേശം പകർന്നു നൽകിയ സമാധാനത്തിൽ അയാൾ മരണത്തിലേക്ക് മിഴികൾ ചേർത്തടച്ചു. ദുരാത്മാവിനും മാന്ത്രികനും ഇടയിലുള്ള ബദ്ധശത്രുത മറ്റുള്ളവരിലേക്ക് പടരാതിരിക്കാൻ ദൃക്സാക്ഷിയായിരുന്ന ഭൈരവനെ വലിച്ചുകീറി അഗ്നിയിൽ വിറകടുക്കി ദഹിപ്പിച്ചു. ദൃശ്യങ്ങൾ ദർപ്പണത്തിൽ നിന്നു മാഞ്ഞുപോയി. ദർപ്പണം പട്ടിൽ പൊതിഞ്ഞു തകരപ്പെട്ടിയിലാക്കി.

ഇതൊരുപക്ഷെ സത്യത്തിന്റെ നേർക്കാഴ്ചയോ അതോ എന്റെ മനസ്സിന്റെ ഭ്രമമോ? അല്പനേരം തനിച്ചിരുന്നാൽ ഉത്തരം കിട്ടാത്ത പല ചോദ്യത്തിന്റെയും ആഴവും വ്യാപ്തിയും മനസ്സുകൊണ്ട് അറിയാൻ കഴിയുമെന്ന് പറയുന്നത് അയാൾ വിസ്മരിച്ചു.

അത്ഭുതദൃശ്യങ്ങളുടേതായ മിഥ്യാലോകത്ത് അകപ്പെട്ടത് പോലെ അന്ധാളിച്ചു നിന്നു. സെന്തിലിന്റെ മിഴികളിൽ നിന്നും നീർത്തുള്ളികൾ അടർന്നു വീണു.

അദൃശ്യതയിൽ മറഞ്ഞിരുന്ന അരൂപിയായ ദുരത്മാവിന് ഇനിയൊരു രൂപമുണ്ട്. ജലഗന്ധമനയുടെ അടിവേര് തന്നെ പിഴുതെറിയാൻ കെൽപ്പുള്ള നാടിന്റെ ശാപമായ നരഭോജി വ്യക്തിത്വമുള്ള പെൺകുട്ടിയുടെ ശരീരത്തിൽ ബന്ധിച്ച ദുരാത്മാവിന്റെ അദൃശ്യതയുടെ നേർക്കാഴ്ച്ചകൾക്ക് നിറമുള്ള ദൃശ്യമുണ്ട്.. ഇനിയീ മാന്ത്രികനോവൽ ഇരുമുഖി എന്നപേരിൽ കഴിഞ്ഞകാലത്തിന്റെ പൈതൃകമായി ഈ മനയിൽ തന്നെയുണ്ടാകും.

പതിമൂന്ന്

ഗ്രന്ഥത്തിന്റെ ആദ്യ താളിൽ ഇരുമുഖി എന്നെഴുതിച്ചേർത്തു. അഭംഗുരമായ ഗ്രന്ഥം നിഷ്കർഷയോടെ മാന്ത്രികപ്പുരയിൽ വെച്ചു. കതക് ചേർത്തടച്ചു തിരിഞ്ഞു നടന്നു.നഷ്ടപ്പെടുത്തിയതെന്തോ തിരിച്ചു കിട്ടിയ അനുഭൂതി. പൂർവ്വജന്മത്തിലെ പാപപങ്കിലതകൾ അവസാനിപ്പിക്കാനുള്ള യാത്ര. ആനന്ദാവസ്ഥയിൽ സ്ഥലകാലബോധം നഷ്ടപ്പെട്ട അവസ്ഥയിൽ സെന്തിൽ മനയുടെ പൂമുഖത്ത് ഇരുന്നു.. ഇനി നേരിടാനുള്ളത് കടുത്തപരീക്ഷണങ്ങളെയാണ്. ഇതുവരെ പിന്തുടർന്ന കീഴ്പതിവുകളിൽ നിന്നും വ്യത്യസ്തത പുലർത്തുന്ന പദ്ധതികൾ ആസൂത്രണം ചെയ്യണം.. ദുരാത്മാവിന്റെ രൗദ്രതയുടെ വൈകാരികത അളന്ന് തുലാസിൽ ഇട്ടാലും ആ തട്ട് താഴ്ന്ന് തന്നെയിരിക്കുന്നു.. അകാരണമായ ഭയം മനസ്സിനെ തകിടം മറിച്ചു ഹൃദയം ദ്രവിച്ചുകൊണ്ടിരിക്കുമ്പോൾ ഫോൺ ശബ്ദിച്ചു.ഫോണെടുത്ത് ചെവിയിൽ ചേർത്തു.

സെന്തിൽ ഞാനും യക്ഷിക്കാവിലെ ഒരാളായോ എന്നൊരു തോന്നൽ.

ഉടനെ തന്നെ കാണണം

ഒരുപാട്ഉണ്ട് പറയാൻ.

ഞാൻ ജലഗന്ധമനയിൽ ഉണ്ട്.

ഇവിടെ വന്നാൽ നേരിട്ട്കാണാം. ഫോൺ വച്ചതിന് ശേഷം കൃതികയേയും വിഷ്ണുവിനെയും വിളിച്ചു മനയിലേക്ക് എത്താൻ പറഞ്ഞു.

അൽപ്പസമയങ്ങൾ കഴിഞ്ഞു മൂവരും ഒന്നിച്ചെത്തി. സെന്തിലിനോടോടൊപ്പം മൂവരും പൂമുഖത്ത് തന്നെ ഇരുന്നു.. കൗഷിക് ഇന്നലെ രാത്രിയുടെ മറവിൽ അരങ്ങേറിയ ദുഃസ്വപ്നത്തിന്റെ ആശയം വിശദീകരിച്ചു. അയാളുടെ ഹൃദയത്തുടിപ്പ് നിയന്ത്രണമല്ലാതായി. സെന്തിൽ നാഗന്തയാന്റെ മരണത്തെ കുറിച്ച് കൗഷിക്കിനെ ബോധ്യപ്പെടുത്തി.

"അദ്ദേഹം കൊടികെട്ടിയ മാന്ത്രികൻ തന്നെയാണ്. അയാൾക്ക് പോലും അവളെ ബന്ധിക്കാൻ കഴിയാതിരുന്ന കാരണം ഇന്നലെയാണ് മനസ്സിലായത്. അവൾ ഒരാൾ അല്ല.. ഒരു ശക്തിയല്ല. ഇനി പറയാൻ പോകുന്ന കാര്യങ്ങൾ ശ്രദ്ധയോടെ കേൾക്കണം. നിങ്ങൾക്കിത് വിശ്വസിക്കാൻ പ്രയാസമാണ് അറിയാം.."

അത്ഭുതം നിഴൽ ചാലിച്ച മിഴികൾ സെന്തിലിലേക്കും വാക്കുകളിലേക്കും കേന്ദ്രീകൃതമായി.

"അവൾ സാധാരണ ദുരാത്മാവല്ല. വിചിത്രമായ ചേഷ്ടകളിലൂടെ ഭയപ്പെടുത്തുന്ന രക്തരക്ഷസാണ്. ദ്വന്ദ്വശക്തികളുടെയും, രണ്ട് തീരുമാനങ്ങളുടെയും സംപൂജ്യ സമ്മിശ്രമായ ഇരുമുഖിയാണവൾ. ദേവാംഗനയ്ക്ക് ജലഗന്ധമനയുടെ പരമ്പര കൈമാറിവന്ന മാന്ത്രികതാന്ത്രിക വിദ്യയുടെ പിന്തുണ. രുധിരമാലയിൽ മാന്ത്രികൻ ധനഞ്ജയൻ പകർന്നു നൽകിയ മന്ത്രങ്ങളുടെ പ്രാരംഭം. തീർത്തും പറഞ്ഞാൽ ഓരേ നാണയത്തിന്റെ ഇരുവശങ്ങൾ പോലെ..

അദൃശ്യശക്തിയും മാനുഷികശക്തിയും ഒന്നിച്ചു ചേർന്ന അസാധാരണമായ ശക്തി. സെന്തിലിന്റെ വാക്കുകളിൽ മൂവരുടെയും മുഖഭാവങ്ങളിൽ വിഹ്വലത മിന്നിമാഞ്ഞു. ഇത്രയും ശക്തികൾ ഒരു ശരീരത്തിൽ ഒന്നിച്ചു നിൽക്കുമ്പോൾ ഏതൊരു മാന്ത്രികനും ഒന്ന് ഭയക്കുകപോയിട്ട് മന്ത്രപ്പലക നിരത്താനുള്ള നേരം പോലും ലഭിക്കില്ല. കപാലരേഖകളെ മാറ്റിമറയ്ക്കാൻ ആർക്കും സാധിക്കില്ലെന്ന് മാത്രമല്ല എല്ലാവരും ആ വിധിയുടെ ഞാണിൽ കൂട്ടിയിണക്കിയിരിക്കുന്നു. അരയും തലയും മുറുക്കി സത്യാവസ്ഥ തേടിയിറങ്ങിയ കൗഷിക് സെന്തിലിന്റെ വാക്കുകളിൽ വീണു പോയി.

സെന്തിൽ വാക്കുകൾക്ക് താത്കാലിക നിയന്ത്രണമിട്ടു. ഇനിയുള്ള പദ്ധതികൾക്ക് ഒളിയും മറയുമുള്ള ഒരിടം തിരഞ്ഞെടുക്കണം. രണ്ട് ദിവസങ്ങൾക്ക് അപ്പുറം വീണ്ടും കാണാമെന്ന ധാരണയിൽ എല്ലാവരും ജലഗന്ധമനയുടെ പടികളിറങ്ങി.

രാത്രിയുടെ ഏഴായാമം ദീർഘദൂരയാത്ര കഴിഞ്ഞു മടങ്ങിയ വിഷ്ണുവും സെന്തിലും കൃതികയുടെ കോർട്ടേഴ്സിലേക്ക് വന്നിറങ്ങി. വെളിച്ചം തെളിയിച്ചു അകത്തേക്ക് കയറി പൊടിപിടിച്ചു കിടക്കുന്ന അകത്തളം. അഭിമുഖ കൂടിക്കാഴ്ചയ്ക്ക് വേദിയൊരുക്കി കോട്ടേഴ്സ്. കൗഷികിന്റെ വരവോടെ മൂന്ന്പേരും സമയം നഷ്ടപ്പെടുത്താതെ ഭൗതിക ആശയങ്ങൾ പങ്കുവെച്ചു.

"നിന്റെ ആസൂത്രിത പദ്ധതിയെന്താണ്?"

വാദപ്രതിവാദത്തിന് തയ്യാറായിയെങ്കിലും വിഷ്ണുവിന്റെ മനസ്സിൽ സംശയങ്ങൾ നിൽക്കേ ഇരുളിൽ നിന്നൊരു സ്ത്രീരൂപം കോട്ടേജ്സിലേക്ക് അടുത്തു. തുറന്നിട്ട ജനൽപ്പാളികൾക്കുള്ളിലൂടെ വിഷ്ണു ആ രൂപം കണ്ടു.

"ദാ കൃതിക വരുന്നുണ്ട് ഇപ്പോഴാണ് പാതിജീവൻ തിരിച്ചുകിട്ടിയത്."

മൂന്ന്പേരും അവളിലേക്ക് മിഴികൾ കേന്ദ്രീകരിച്ചു. വീണ്ടും സംസാരിച്ചുകൊണ്ടു വന്ന കാര്യത്തിൽ വ്യാപൃതരായി. ധനഞ്ജയൻ നമ്പൂതിരി ആരംഭം കുറിച്ച സ്തംഭനകർമ്മങ്ങൾ പുനരാവിഷ്ക്കരിക്കണം. മറ്റൊരു ശരീരത്തിലേക്ക് ആത്മാവിനെ ആവാഹിക്കണം. രണ്ടു ശക്തികളെയും രണ്ടായി പിളർത്തിയാൽ മാത്രേ നമ്മുടെ പദ്ധതി വിജയിക്കൂ..

ഇരുമുഖിയായി നിൽക്കുന്നിടത്തോളം അവളെ തകർക്കാൻ ഒരിക്കലും സാധിക്കില്ല. മനുഷ്യബുദ്ധിയുടെ പിൻബലം അവൾക്ക് ഒരു അലങ്കാരം മാത്രമല്ല. അതാണവളുടെ ജീവശ്വാസം. ആ ശ്വാസം നിലയ്ക്കണം.. സൂര്യന് പോലും ഒരു ദിവസത്തിന്റെ ആയുസിലെ ഭൂമിനിൽ ഇരുട്ടിനെ നിലനിർത്താൻ കഴിയൂ. അവൾ സന്നിവേശിച്ചിരിക്കുന്ന ആ ശരീരത്തിന് പ്രായമേറിയിരിക്കുന്നു. ആത്മാവിന് അമരത്വമാവാം! പക്ഷേ ദുരാത്മാവ് സന്നിവേശിച്ചിരിക്കുന്ന ശരീരത്തിന് പ്രായമേറിയിരിക്കും. ആ ദൗർലഭ്യതയിൽ അവളുടെ മരണം ഉറപ്പ് വരുത്തണം.

പ്രായം വെറും അക്കങ്ങൾ മാത്രമല്ല. ഒരാളുടെ ജീവിതയാത്രയുടെ നിർണ്ണായകമായ തീരുമാനതലങ്ങളിലെ പടിവാതിലുകളാണ്. ദുരാത്മാവിന്റെ കരങ്ങളിൽ രക്തക്കറ പടരുമെന്നല്ലാതെ ഇതിനൊരു അന്ത്യം സംഭവിക്കുന്നില്ല.. കൗഷികിന്റെ കേസ്ഡയറിയിൽ മരണങ്ങളുടെ ഘോഷയാത്രതുടർന്നു കൊണ്ടേയിരിക്കും.

സെന്തിലിന്റെ വാക്കുകളിൽ വിള്ളൽ വീഴ്ത്തിക്കൊണ്ട് വിഷ്ണു പെട്ടെന്ന് എഴുന്നേറ്റു.

"സെന്തിൽ നിർത്തൂ!"

വിഷ്ണുവിന്റെ മുഖത്ത് കരിനിഴൽ വീണു.

"കൃതികയെ കാണുന്നില്ല. കുറച്ചു നേരം മുൻപ് ഇവിടെ നിൽക്കുന്നത് കണ്ടതാണ്".

പരിഭ്രാന്തരായ മൂന്നുപേരും പുറത്തേക്കിറങ്ങി. അസാധാരണത്വം പടർന്ന അന്തരീക്ഷം. വിഷ്ണു പലതവണ ഫോണിൽ ബന്ധപ്പെടാൻ

ശ്രമിക്കുന്നു. കാലുകൾ വിറച്ചുനിന്ന നിൽപ്പിൽ ഭൂമിപിളരുന്നത് പോലെ. മൂന്നുപേരും മൂന്നിടത്ത് അന്വേഷണം ആരംഭിച്ചു. ശക്തമായ തിരച്ചൽ,

ഇരുൾ വീണ വഴികൾ നീട്ടിവെച്ച് വിഷ്ണുവും സെന്തിലും നടന്നു.

'കൃതിക'...

വിഷ്ണു ഉച്ചത്തിൽ വിളിച്ചു.

അവരിലൂടെ ചുടുകാറ്റ് കയറി ഇറങ്ങി പോയി. സെന്തിൽ മുഖം ചെരിച്ചു വിഷ്ണുവിനെ നോക്കി. അവന്റെ കണ്ണുകൾ നിറഞ്ഞൊഴുകി. കാടിന്റെ പാതിവഴിയിൽ അവളുടെ ഫോൺ ശബ്ദിച്ചുകൊണ്ട് നിലച്ചു. ഫോൺ കയ്യിലെടുത്ത സെന്തിൽ, 'വിഷ്ണു! കൃതിക ഇവിടെയെവിടെയോ ഉണ്ട്'.

പത്തടി പടിഞ്ഞാറ് മാറിയുള്ള ചതുപ്പ് നിലത്തിൽ മൂന്ന് ദിവസം പഴക്കമുള്ള കൃതികയുടെ മരവിച്ച മൃതദേഹം.

നടുക്കത്തോടെ വിഷ്ണു സ്തംഭിച്ചു. മുഖത്തെ പേശികൾ വരിഞ്ഞു പൊട്ടിക്കരഞ്ഞു. സ്വരം താളം പിഴച്ച് വിറച്ചു. പക്ഷികൾ ചിലച്ചുകൊണ്ട് അവർക്ക് ചുറ്റും വട്ടമിട്ടു പറന്നു. നേരം പുലർന്നിരിക്കുന്നു.. കൃതികയുടെ ജീർണിച്ച ശരീരം മടിയിലേക്ക് വലിച്ചുവെച്ച് വിഷ്ണു അലമുറയിട്ടു. സെന്തിൽ വിഷ്ണുവിന്റെ തോളിൽ കൈവെച്ചു, ആശ്വസിപ്പിക്കാൻ എന്നോണം. ഭൂമിയിൽ സൂര്യപ്രകാശം പിളർന്നു വീണു. കൗഷിക് സംഭവസ്ഥലത്തെത്തി. ശ്മശാന മൂകത. നേത്ര സ്തംഭനം സംഭവിച്ചു. അവളുടെ അകാലമൃത്യു അവർക്കിടയിൽ അവിശ്വസനീയമായി. ഇരുവരും വിഷ്ണുവിനെ ബലമായി പിടിച്ചെഴുന്നേൽപ്പിച്ചു. അവളിൽ നിന്നും അടർത്തി മാറ്റി. കോൺസ്റ്റബിൾസ് അവളുടെ ശരീരം പൊതിഞ്ഞു കെട്ടി. പിന്തിരിഞ്ഞു നടന്നകലുമ്പോൾ വിഷ്ണു തിരിഞ്ഞു നോക്കി.. ഒരിക്കൽ മാത്രം

കരിനാഗങ്ങളും മൂങ്ങകളും പ്രകാശത്തിന്റെ സാന്നിദ്ധ്യത്തിൽ അദൃശ്യരായി. കോൺസ്റ്റബിൾസ് അവളുടെ ശരീരം കൺമുന്നിലൂടെ ചുമന്നു കൊണ്ട് പോയി..

സെന്തിലിന്റെ ചിന്തകൾ കഴിഞ്ഞ രാത്രിയിലേക്ക് കടന്നുച്ചെന്നു.

"നമുക്ക് തെറ്റി അന്നവിടെ ഇരുട്ടിന്റെ മറവിൽ നിന്നത് കൃതികയല്ല. അവൾ ദേവാംഗന..." വിഷ്ണു തലവെട്ടിച്ചു സെന്തിലിനെ നോക്കി.

നമ്മുടെ ചുവടുകൾ നീക്കങ്ങൾ അവൾ മുൻപേ തിരിച്ചറിഞ്ഞു.

അരയും തലയും മുറുക്കി നമുക്ക് മുൻപേ പോർക്കളത്തിലേക്കിറങ്ങിയവൾ.. നമ്മളിലേക്ക് എത്താൻ അവൾ അയച്ച ദൂതിയെ കൃതികയെ അവൾ ഇല്ലാതാക്കി. കൃതിക മുക്തിനേടി.

"സെന്തിൽ നമുക്ക് ഇതിൽ നിന്ന് പിൻമാറാം. ഇനിയും ആളുകളെ കുരുതികൊടുക്കണോ".

"കൗഷിക്ക്, മാന്ത്രിക കുടുംബത്തിൽ ജനിച്ച എനിക്ക് ഇതിൽ നിന്ന് പിൻവാങ്ങാൻ കഴിയില്ല.. ജലഗന്ധമനയും ഞാനും കടപ്പെട്ടിരിക്കുന്നു. ജലഗന്ധമനയിൽ ഇനിയൊരു മാന്ത്രികൻ ജീവിച്ചിരിപ്പില്ല.. ജനിക്കുന്നതുമില്ല. എന്നോടൊപ്പം ഈ മാന്ത്രികപാരമ്പര്യവും അസ്തമിക്കുകയാണ്.. ഇനി നിങ്ങളെ ഞാനിതിലേക്ക് വലിച്ചിഴയ്ക്കുന്നില്ല."

സന്തത സഹചാരിയായ നിഴൽ പോലും തിരിഞ്ഞുനിന്ന് കുത്തുന്ന കാലമാണ്. ആരെയാണ് വിശ്വസിക്കേണ്ടത്. ആരെയാണ് അവിശ്വസിക്കേണ്ടത്. എന്ന് തിരിച്ചറിയാൻ കഴിയുന്നില്ല. ഇനിയുള്ള യാത്രകളും.. ചിന്തകളും തീരുമാനങ്ങളും ഒറ്റയ്ക്ക്..

ഏകനായുള്ള യാത്ര..

അവൾക്കെന്നെ മരണത്തിലേക്ക് നയിക്കാം. മന്ത്രങ്ങൾ ആവാഹിച്ച മയൂരകങ്കണം എന്റെ കൈവശം ഉള്ളിടത്തോളം കാലം എന്നെ വധിക്കാൻ കഴിയില്ല. മന്ത്രതന്ത്രങ്ങളുടെ പിഴവിലാണ് ഓരോ ദുരാത്മാക്കളും ബന്ധനത്തിന് വിധേയമാകാതെ സ്വതന്ത്രയാകുന്നത്.

സെന്തിൽ ഇരുവരോടും യാത്രപറഞ്ഞു മുൻപിലേക്ക് നടന്നു മറഞ്ഞു

സെന്തിലിന്റെ പെരുമാറ്റത്തിൽ അനുഭവപ്പെട്ട അസാധാരണത്വം വിഷ്ണുവിന്റെ മനസ്സിൽ സംശയങ്ങളുടെ വേലികൾ തീർത്തു.. ഒരു കാലത്ത് നമുക്ക് പ്രിയപ്പെട്ടവരായായിരിക്കും കാലങ്ങൾക്കപ്പുറം നമ്മുടെ ഏറ്റവും വലിയ ശത്രുവായി തീരുന്നത്.

പതിനാല്

കൃതികയുടെ മരണം വിഷ്ണുവിനെ തകർത്തു. അവൻ അവളെ അത്രകണ്ട് സ്നേഹിച്ചിരുന്നു. അവളൊന്നിച്ചുള്ള ജീവിതം സ്വപ്നം കണ്ടിരുന്നു. കൃതികയെ ഒന്നിനും വിട്ടുകൊടുക്കാതെ നിഴൽപോലെ കൂടെ നടന്നിട്ടും അവളെ ദുർമരണം കീഴ്പ്പെടുത്തിയെന്ന് വിശ്വസിക്കാൻ പ്രയാസം തോന്നുന്നു.

വിഷ്ണു പൊട്ടിക്കരഞ്ഞു. ഭയങ്കരമായ ദുരന്തത്തിന്റെ മണിമുഴക്കം വിഷ്ണുവിന്റെ കാതുകളെ തുളച്ചു. പക്ഷേ സെന്തിലിന്റെ അസാന്നിധ്യം മറ്റൊരു കഥാമൂഹൂർത്തത്തിന് വഴിയൊരുക്കി.

"വിഷ്ണു കാറിൽ കയറ് ഞാൻ വീട്ടിൽ കൊണ്ടുവിടാം".

"വേണ്ട സർ, ഞാനിനി ആ വീട്ടിലേക്കില്ല. അവളുടെ അമ്മയുടെ മുൻപിൽ മരവിച്ച ജഡമായി നിൽക്കാൻ കഴിയില്ല."

"കൗഷിക്! വിഹ്വലത പ്രാപിച്ച എന്റെ മനസ്സിൽ ഒരു സംശയം അവശേഷിക്കുന്നു. ഇനി ഈ മരണങ്ങളുടെ യഥാർത്ഥ സൂത്രധാരൻ സെന്തിലാണോ? അണിയറയിൽ മറഞ്ഞിരിക്കുന്ന കൊലയാളി."

"വെറുതെ വേണ്ടാത്തതൊന്നും ചിന്തിച്ചു ആധി കയറ്റണ്ട വരൂ..."

കൗഷിക് വിഷ്ണുവിനെ ചേർത്തുപിടിച്ചു കോട്ടേഴ്സിലേക്ക് പോയി. അവിടെച്ചെന്ന വിഷ്ണു അല്പനേരം വിശ്രമിച്ചു. കത്തിയെരിഞ്ഞ കൃതികയുടെ ചിത കെട്ടടങ്ങിയിട്ടില്ല.. കനൽക്കട്ടകൾ ചുവക്കുമ്പോൾ അതിന്റെ തീക്ഷ്ണത വിഷ്ണുവിന്റെ മിഴികളിൽ ചുവപ്പ് പാടകെട്ടി.

"കൗഷിക് എനിക്ക് എത്ര ആലോചിച്ചിട്ടും ഒന്നും മനസ്സിലാവുന്നില്ല. സെന്തിൽ നമ്മളെ ചതിക്കുകയായിരുന്നോ. അവന്റെ സ്വാർത്ഥ മോഹങ്ങൾക്ക് വേണ്ടി നമ്മളൊക്കെ കെട്ടിയാടിയ വേഷങ്ങൾ ആയിരുന്നോ?"

വിഷ്ണുവിന്റെ വാക്കുകളിൽ കൗഷികിന്റെ മനസ്സിലും ചില സംശയങ്ങൾ വീണുപുകഞ്ഞു.

"ഈ ചിത കത്തിതീരുന്നതിന് മുൻപ് ഇതിനൊരു തീർപ്പ് കല്പിക്കണം. വിഷ്ണു എഴുന്നേറ്റ് വാ."

ശാന്തികവാടത്തിന്റെ മുൻപിൽ നിന്നിരുന്ന ജീപ്പിലേക്ക് കയറിയ വിഷ്ണു തലകുനിച്ചിരുന്നു. ഒരു ജീവൻ മൃത്യു സംഭവിച്ചു കഴിഞ്ഞാൽ ആ വ്യക്തിക്ക് യാതൊരു പ്രാധാന്യവും പിന്നീടുള്ള ജീവിതയാത്രയിൽ ഉണ്ടായിരിക്കുന്നതല്ല എന്ന ധാരണ സമൂഹത്തിൽ നിന്നും പിഴുതെറിയണം. കാലഹരണപ്പെട്ട ചില രീതികൾക്ക് മാറ്റൊലി വേണം. തിരികെ കോട്ടേഴ്സിലേക്ക് മടങ്ങി വിഷ്ണുവിനെ അവിടെയിറക്കി കൗഷിക് അതിയന്നൂർ സ്റ്റേഷൻവരെ പോയി. മുറിയിൽ അലക്ഷ്യമായി ഇരുന്ന വിഷ്ണുവിന്റെ മനസ്സ് പൊട്ടിത്തകർന്നത് പോലെ.. മനസ്സിൽ വീണ സംശയത്തിന്റെ തീ എരിഞ്ഞു തുടങ്ങി.

മനസ്സും ശരീരവും മുറിയ്ക്കുന്ന വേദനയോടെ കൃതിക ക്രൂരതയ്ക്ക് ഇരയായ ആ രാത്രിയുടെ ഓർമ്മകൾ തേടിപ്പോയി.. സെന്തിലിന്റെ പരുക്കൻ മട്ടിലുള്ള പെരുമാറ്റത്തിന്റെ അന്തർനാടകങ്ങൾക്ക് കഥാന്ത്യം സംഭവിക്കുന്നു.. കൃതികയുടെയും എന്റെയും താല്പര്യങ്ങൾക്ക് വേണ്ടിയാണ് നാഗാന്തകനെന്ന മാന്ത്രികനെ തേടിപ്പിടിച്ചു ഇവിടെയെത്തിച്ചത്. അന്നും വിസമ്മതം പ്രകടിപ്പിച്ചു പിന്തിരിഞ്ഞ നിമിഷങ്ങൾ മിഴികളിൽ മിന്നിമാഞ്ഞു. ആർക്കും വിശ്വസനീയമല്ലാത്ത കഥകൾ നമ്മളിൽ അടിച്ചേല്പിച്ചു കബളിപ്പിച്ചതിൽ പരാതിയില്ല. പക്ഷേ കൂടെ നടന്ന് ചതിക്കുകയായിരുന്നെന്ന് ചിന്തിക്കുമ്പോൾ അറപ്പും വെറുപ്പും തോന്നുന്നു. ആത്മഗതം വിഷ്ണുവിന്റെ മനസ്സിനേയും ശരീരത്തെയും കാർന്നുതിന്നു. സ്വയനില മറന്ന് പുലമ്പിയ വാർത്തകൾ അവന്റെ മനോനില തെറ്റിച്ചു. മുറിയിൽ അലക്ഷ്യമായി നടന്നു. അലമാരയിലെ കണ്ണാടിയിൽ കല്പനദീപ്തിതമായ കൃതികയുടെ സദൃശ്യരൂപം തെളിഞ്ഞു. കണ്ണാടിച്ചില്ലുകളിൽ വിള്ളൽവീണ് വികൃതരൂപം പ്രകടമാക്കി. ചില്ലുകൾ ചിതറിത്തെറിച്ചു താഴെവീണു. അവൻ മുഖം തിരിച്ചു ഉച്ചത്തിൽ ശബ്ദിച്ചു..

സ്ഥലകാല ബോധം നഷ്ടപ്പെട്ടത്പോലെ വിഷ്ണു മുറിയിലിരിക്കുമ്പോൾ കൗഷിക് അവിടേക്ക് കയറി വന്നു.

"എന്താ വിഷ്ണു ഇത്. ഒരുവൾ നഷ്ടപ്പെട്ടു എന്ന് കരുതി നിന്റെ ജീവിതം ഇല്ലാതാക്കണോ. എല്ലാം നിന്റെ ഹാലൂസിനേഷനാണ്. വിരഹത്തിന്റെ വിഴുപ്പും പേറി ഇനി അങ്ങോട്ട് നീറിനീറി ജീവിക്കാനാണോ നിന്റെ പുറപ്പാട്. ഞാൻ അതിന് അനുവദിക്കില്ല. ഈ രാത്രി നമുക്ക് വിലപ്പെട്ടതാണ്."

വിഷ്ണു ഒന്നും മിണ്ടുന്നില്ല. അയാളുടെ മിഴികൾ അതിനുള്ള മറുപടി പറഞ്ഞു....

"സെന്തിലിന്റെ ഫോൺ പരിധിക്ക് പുറത്താണ്. പോകാൻ സാധ്യതയുള്ളിടത്തെല്ലാം തിരക്കി".

"കൗഷിക്, സെന്തിൽ ആ മനയിൽ തന്നെയുണ്ടാകും. അതിനപ്പുറം, സൂചനകളോ അടയാളങ്ങളോ ആവശ്യമില്ല.. നേരം കളയാനില്ല വേഗം തയ്യാറാകൂ."

കൗഷിക്കിന് വിഷ്ണുവിന്റെ അസാധാരണമായ പെരുമാറ്റം അണയാൻ പോകുന്ന തീ ആളിപ്പടരുന്നത് പോലെ തോന്നി. പോലീസ് ജീപ്പിലേക്ക് കയറിയ വിഷ്ണു എന്തോ മനസ്സിൽ നിശ്ചയിച്ചപോലെ ഇരുന്നു. കൗഷിക് ജീപ്പ് മുൻപിലേക്ക് എടുത്തു.. ജലഗന്ധമനയിലെത്താൻ ഏകദേശം നൂറുമീറ്റർദൂരം. കാറ്റ് അനുകൂലമല്ല ശക്തമായി ആഞ്ഞടിച്ചു. റോഡരികിൽ നിന്ന വൻമരം കടപ്പുഴകി. ഇരുവരും സഞ്ചരിച്ചുകൊണ്ടിരുന്ന ജീപ്പിന് മുകളിലേക്ക് മറഞ്ഞു വീണു. ജീപ്പിന്റെ ഡോർതുറന്ന് പുറത്തിറങ്ങിയതും മായാദൃശ്യം സംഭവിച്ചിരിക്കുന്നു.

ശർവ്വരം പരന്നൊഴുകുന്ന ജലഗന്ധമന. അകത്തളത്തിലിരുന്ന് രാത്രിയെന്നോ പകലെന്നോ ഇല്ലാതെ അഹോരാത്രം ഗ്രന്ഥങ്ങൾ ഹൃദിസ്ഥമാക്കുന്ന സെന്തിലിന്റെ ശ്രദ്ധകളെ ആവാഹിച്ച് അലർച്ചയുടെ സ്വരം. സെന്തിൽ വായനയെ തടസ്സപ്പെടുത്തി ഗ്രന്ഥം അരയിലേക്ക് തിരുകി പുറത്തേക്കിറങ്ങി ഓടി. രക്തത്തിൽ കുളിച്ചു നിൽക്കുന്ന കൗഷിക്. ശരീരം വിറച്ച് കാലുകൾ നിലത്തുറയ്ക്കാതെ അയാൾ താഴെ വീണു.. സെന്തിൽ പിടിച്ചെഴുന്നേൽപ്പിച്ചു കാരണം തിരക്കി..

"കൗഷിക് എന്ത് സംഭവിച്ചു."

ഭയം അവന്റെ നാവുകൾക്ക് തടയിട്ടു. ഭീതിയുടെ മിഴികളോടൊപ്പം പടിപ്പുരയുടെ പുറത്തേക്ക് ചൂണ്ടുവിരൽ നീട്ടിപ്പിടിച്ചു.

സെന്തിൽ ആ ദിശയിലേക്ക് ഇറങ്ങി ചെന്നു.. മിഴികൾ അത്ഭുതത്തോടെ നടുങ്ങി നിന്നു. ആ മായാദൃശ്യം ഭയാനകമായിരുന്നു. വിഷ്ണുവിനെ ബലിഷ്ഠമായ കൈകളിലുയർത്തിപിടിച്ചു നടന്നുവരുന്നു ഇരുമുഖിയെന്ന വിചിത്രരൂപം.. ആ നിമിഷം സെന്തിൽ പറഞ്ഞ വാക്കുകൾ തിരുത്തി.. പ്രായം വെറും അക്കങ്ങൾ മാത്രമാണ് വാർദ്ധക്യം പ്രവേശിച്ച ശരീരമാണെങ്കിലും അവളുടെ കായികക്ഷമത മുപ്പതിനോട് അടുത്ത പുരുഷനോട് ഉപമിക്കാവുന്നതാണ്. അതിയനൂർ ഗ്രാമത്തിന്റെ തെരുവുകളിൽ തീപിടിച്ചു..

അവളുടെ പുറകിൽ മിന്നൽപ്പിണർ ഇടിമുഴക്കത്തോട് കൂടി പിളർന്നു വീണു. വൻമരങ്ങൾ കടപുഴകി ചാഞ്ഞു. ഇരുട്ടിൽ ചോരക്കറപ്പിടിച്ചു തിളങ്ങുന്ന മിഴികൾ, ദ്രംഷ്ട്രകളിൽ നിന്നും വാർന്നൊഴുകുന്നു രക്തം. മരണസംഗീതം ചേർത്ത് ഓട്ടുമണി മുഴങ്ങി.. തൃണാവർത്തം ആഞ്ഞടിച്ചു. ജനൽപ്പാളികൾ അടർന്നുവീണു. വാതിലുകൾ മലർക്കേ തുറന്നു നിന്നു. പടിപ്പുര മറികടന്നതും അവളുടെ പുറകിൽ പടിപ്പുര തകർന്നു ഒരുപിടി ചാരമായി. കുട്ടികളുടെ കയ്യിലെ കളിക്കോപ്പ്പോലെ ചലനമറ്റ വിഷ്ണുവിന്റെ ശരീരം തോളിലേക്കിട്ട് നടന്നുവരുന്നു ഇരുമുഖി. അസുരമഹാകാളിയെപ്പോലെ ചുവടുറപ്പിക്കുമ്പോൾ ഭൂമി പ്രകമ്പനം കൊണ്ട് പിളർന്നു. അസാധാരണമായ അന്തരീക്ഷത്തിൽ ചിലമ്പിന്റെ ശബ്ദം..

അസ്ഥികൾ നുറുങ്ങിയ വിഷ്ണുവിന്റെ മാംസളമായ ശരീരം സെന്തിലിന്റെ മുൻപിലേക്ക് വലിച്ചെറിഞ്ഞു അട്ടഹസിച്ചു... പ്രകൃതിശക്തികൾ പോലും വിറങ്ങലിച്ചു നിന്നു. കൗഷികിന് ഒന്നും കാണാൻ കഴിയുന്നില്ല കരിയിലകൾക്കുള്ളിൽ മറയുന്ന ദേവാംഗനയുടെ രൂപത്തിന്റെ ഭയാനകത.

അനംഗ ഇച്ഛയെ ഉള്ളവാക്കുന്ന ദേവാംഗന കിതച്ചു. സെന്തിൽ ആക്രോശിച്ചു...

“എന്നെ നീ ഭയപ്പെടുത്തുകയാണോ. മരണം പടിവാതിലിൽ വന്നുനിന്നാലും പിന്തിരിഞ്ഞു ഓടുന്നവരല്ല മാന്ത്രികൻ. എന്തും നേരിട്ട് നാടിനെ അപകടഭീതിയിൽ നിന്നും രക്ഷിക്കുന്നവനാണ് യഥാർത്ഥമാന്ത്രികനെന്ന് ധനഞ്ജയൻ തിരുമേനിയുടെ വാക്കുകളെ ഈ നിമിഷം കൈകൂപ്പിമാനിക്കുന്നു. ഞങ്ങളുടെ കൂടിക്കാഴ്ചയിൽ ഇരുട്ടിന്റെ മറവിൽ മായാദൃശ്യയായിരുന്ന സ്ത്രീരൂപം നീയായിരുന്നു എന്ന് മനസ്സിലാക്കാൻ എനിക്ക് അധികം നേരമൊന്നും വേണ്ടിവന്നില്ല..”

“മൂഢ, ഞാനെന്നും നിന്റെ പുറകിൽ തന്നെയുണ്ടായിരുന്നു. നിന്നിലേക്കെത്താനുള്ള യാത്രയിൽ നിരപരാധികളായ നിന്റെ സുഹൃത്തുക്കളെ ക്രൂരതയ്ക്ക് ഇരയാക്കേണ്ടിവന്നു.. പലപ്പോഴായി ഞാൻ ഒരുക്കിയ കെണിയിൽ നിന്നും നീ അതിസമർത്ഥമായി തലനാരിഴ കീറിമുറിക്കുന്ന ലാഘവത്തോടെ വഴുതിമാറിയത് പൂർവികർ ചെയ്ത പുണ്യം. മൂന്നുപേരും എന്നെ തേടി കാടിനുള്ളിൽ മറഞ്ഞുകിടന്ന കോട്ടയിലെത്തിയപ്പോഴേ ഞാൻ നിശ്ചയിച്ചതാണ് ഇവരുടെ അന്ത്യം നിന്റെ മരണവും ആസന്നമായിരിക്കുന്നു..”

അവൾ അട്ടഹസിച്ചു.

ഇടുപ്പിൽ തിരുകിയ കിഴിക്കെട്ടിൽ നിന്നും ഒരുപിടി ചുടലഭസ്മം നെറ്റിയിൽ വാരിത്തേച്ചു സെന്തിൽ നികൂഢമന്ത്രങ്ങൾ ഉച്ചരിച്ചു.. രഹസ്യമന്ത്രങ്ങൾ ഒരുനിമിഷത്തിന്റെ ദൈർഘ്യത്തിൽ പിഴച്ചു.. മനപോലും വിറയ്ക്കുന്ന രീതിയിൽ ഇടിമുഴങ്ങി. പ്രകൃതിപോലും നിശ്ചലമായി രാത്രിയിൽ പറന്നുയർന്ന പക്ഷികൾ മരവിച്ചു നിന്നു.. ചന്ദ്രക്കലയുടെ പ്രകാശം ഭൂമിയിൽ മറഞ്ഞു..

ഇരുമുഖി അവൾ സെന്തിലിനെ നോക്കി പരിഹസിച്ചു..

“നീയെന്റെ മൂന്നാം തലമുറയുടെ കണ്ണിയാണ്. നിനക്ക് മുൻപേ ഞാൻ സ്വായത്തമാക്കിയ മന്ത്രങ്ങളാണിത്. പ്രാരംഭമന്ത്രങ്ങൾ പോലും പിഴകൂടാതെ ഉച്ചരിക്കാനറിയാത്ത നീയാണോ എന്നെ ബന്ധിക്കുന്നത്.. ഹ..ഹ... ഹ... ഹ...”

അട്ടഹാസം ചാട്ടുളി പോലെ മനയിൽ മുഴങ്ങി. ആ ചോദ്യങ്ങൾക്ക് മുൻപിൽ അമ്പരപ്പോടെ സെന്തിൽ നിന്നു.

“ജലഗന്ധമനയുടെ പിതൃക്കളെ... കുലദൈവമായ മഹാകാളിയമ്മേ എനിക്ക് ആത്മബലം നൽകൂ..”

അവർക്കിടയിൽ മഹാമാന്ത്രിക പദവിയിലെത്തുന്നതിന് മുൻപ് അകാലമരണമടഞ്ഞ ദേവാംഗനയേയും ധ്യാനിച്ചു.. മാന്ത്രികൻ അകാലമരണമടഞ്ഞാൽ അവരുടെ ദുരാത്മാവ് മനയിൽ ചുറ്റിതിരയുമെന്ന് അമ്മാവൻ പറഞ്ഞിരുന്നത് ആ നിമിഷം സെന്തിൽ ഓർത്തെടുത്തു..

“ഇരുമുഖീ... ഞാൻ നിന്നെ വെല്ലുവിളിക്കുകയാണ്..”

വേടത്തിയുടെ ശരീരത്തിന്റെ പിൻബലമില്ലാതെ മന്ത്രങ്ങൾ ഉച്ചരിയ്ക്കാൻ നിനക്ക് കഴിയോ”..

ധനഞ്ജയൻ തിരുമേനി ഓതിത്തന്ന മന്ത്രങ്ങളാണ് നിന്റെ നാവുകളിപ്പോഴും സ്ഫുരിക്കുന്നതെന്ന് ഞാൻ അവകാശപ്പെട്ടാൽ നിനക്കത് നിഷേധിക്കാൻ കഴിയോ?

പുറകിലേക്ക് ചുവടുകൾ ഒന്നൊന്നായി എടുത്തു വെച്ചു സെന്തിൽ നടന്നു. ഇരുകരങ്ങളും അടർത്തിപ്പിടിച്ചു രക്തരൗദ്രയായി അവൾ കാലുകൾ ഉച്ചത്തിൽ ചവിട്ടി മുൻപിലേക്ക് നടന്നു..

“എനിക്ക് കഴിയും.. എനിക്കതിന് ഒരു ശരീരത്തിന്റെ പിൻബലം വേണ്ട. വാർദ്ധക്യം കടന്നുപിടിച്ച ശരീരം ഞാനിന്നിവിടെ ഉപേക്ഷിക്കും. തലമുറകൾ വെട്ടിനിരത്തി ഇനിയെത്ര വർഷങ്ങൾ വേണമെങ്കിലും മുൻപോട്ട് പോകാനുള്ള ചങ്കൂറ്റം എനിക്കുണ്ട്. നിന്നെ പോലുള്ള തറവാടിന്റെ ഓരോ ആൺതരിയേയും ഞാൻ ഇല്ലാതാക്കിയതി

ന്റെ പുറകിൽ ജലഗന്ധമനയുടെ മന്ത്രസിദ്ധികൾ തന്നെ."

"ഞാൻ സാധാരണപെണ്ണല്ല.. ജലഗന്ധമനയിലെ ആദ്യത്തെ മഹാമന്ത്രവാദിനി. സ്വാർത്ഥതയ്ക്ക് വേണ്ടി തലമുറ കൈമാറിവരുന്ന മാന്ത്രികസ്ഥാനമേറ്റെടുക്കാൻ മറ്റൊരു മാന്ത്രികൻ മനയിലുണ്ടാകാൻ ഞാൻ അനുവദിക്കില്ല. എനിക്ക് മരണമില്ല. മരണമെന്ന ഭ്രാന്തമായ അധിനിവേശം കൊണ്ട് ഞാൻ അമരത്വം നേടിയിരിക്കുന്നു.. സെന്തിൽ പുറകിലേക്ക് നടക്കുന്നതിനനുസരിച്ച് ദേവാംഗന മുൻപിലേക്ക് അഞ്ഞടിച്ചു അലറിയ നിമിഷം രുധിരമാലയുടെ ശരീരത്തിൽ നിന്നും ദേവാംഗനയുടെ ആത്മാവ് വഴുതിമാറി.

ഇമചിമ്മുന്ന ഞൊടിയിൽ തുളസിത്തറയിൽ തറച്ചുവെച്ചിരുന്ന ത്രിശൂലം ഇടത്കൈകൊണ്ട് വലിച്ചൂരി രുധിരമാലയുടെ നെഞ്ചിൽ കുത്തിയിറക്കി. ത്രിശൂലം രക്തംപുരണ്ടു.. നെഞ്ചിൽ തറച്ചശൂലത്തോട് കൂടി വികൃതരൂപം ജലഗന്ധമനയുടെ അങ്കണത്തിൽ മരിച്ചു വീണു.. ആനിമിഷം ദേവാംഗന സെന്തിലിന്റെ യഥാർത്ഥരൂപം കണ്ടു നടുങ്ങി.. ദൃഢമായ പേശികൾ വരിഞ്ഞുമുറുകി. ദേഹത്തെ മറച്ചിരുന്ന അംഗവസ്ത്രം കീറിമറഞ്ഞു പോയി. ശരീരത്തിന് കുറുകെ ബന്ധിച്ചിരുന്ന പൂണൂൽ ഒഴുകി വശത്തേക്ക്മാറി, ഒതുക്കിവെച്ചിരുന്ന മുടിയിഴകളുടെ ബന്ധനമഴിഞ്ഞു പറന്നുയർന്നു..

ആ നിമിഷം അഗ്നിയിൽ നിന്നുയർത്തെഴുന്നേറ്റ ഫിനിക്സ് പക്ഷിയെപോലെ.. മരണത്തിൻ കവാടത്തിൽ നിന്നും ധനഞ്ജയൻ തിരിച്ചുവന്ന് മുൻപിൽ നിൽക്കുന്നത് പോലെ തോന്നി.

അരയിൽ തിരുകിയ താളിയോലക്കെട്ടെടുത്ത് മന്ത്രങ്ങൾ ഉച്ചത്തിൽ ചൊല്ലി പിന്നിലേക്ക് നടന്നു.. അവൾ ആക്രമിക്കാൻ ഉയർന്നു പൊങ്ങി ജലഗന്ധമനയുടെ പൂമുഖത്ത് ചുവടുകൾ ഉറപ്പിച്ചു. അവൾ പോലും അറിയാതെ അവന്റെ ആജ്ഞാനുവർത്തിയായി അവൾ നടന്നു മാന്ത്രികവലയത്തിൽ അകപ്പെട്ടു. മന്ത്രങ്ങൾ ആലേഖനം ചെയ്ത ഭിത്തികൾ പോലും മന്ത്രങ്ങൾ ഏറ്റ്ചൊല്ലി. സെന്തിൽ പെട്ടെന്ന് നിശ്ചലനായി.. മുഖമുയർത്തി അട്ടഹസിച്ചു.

"മന്ത്രം പഠിച്ച സ്ത്രീയാണ് നീ.. മഹാമന്ത്രികർ തപമിരിക്കുന്ന മാന്ത്രികപ്പുരയിൽ ഒരു സ്ത്രീയ്ക്ക് പ്രവേശനമില്ല എന്നുള്ള സത്യം നീ വിസ്മരിച്ചുവോ.. അതോ അഹന്തയുടെ മുഖപടം നിന്റെ മിഴികളുടെ കാഴ്ചകൾ മറച്ചുവോ?"

തർക്കശാസ്ത്രം കൊണ്ട് അന്തരീക്ഷം ശബ്ദമയമായി .

"ഈ മനയുടെ പേർപോലും സർവ്വനാശത്തിനിരയായ കൗരവന്റേ

താണ്. നിന്റെ നാശവും പണ്ടേ എഴുതപ്പെട്ടിരിയ്ക്കുന്നു. അന്നാ നാമം കണ്ടെത്തിയ നമ്മുടെ പൂർവികർക്ക് പോലും തെറ്റ് പറ്റിയിരിക്കുന്നു.. ഈമനയിൽ ഒരു ജീവൻപോലും അവശേഷിക്കില്ല. എന്റെ ജന്മത്തിന്റെ പുറകിലും വലിയൊരു രഹസ്യം മറഞ്ഞിരിക്കുന്നുണ്ടാകാം.

അവളുടെ ശക്തികളുടെ ഭണ്ഡാരം തകർന്നു താഴെവീണു. മുലകച്ചകൾ വലിച്ചുകീറിയ മാത്രയിൽ തൂങ്ങിയ സ്തനങ്ങൾ താഴേക്ക് വീണ് അവൾ നഗ്നത പ്രദർശിപ്പിച്ചു. സെന്തിലിന്റെ മിഴികളിൽ ധനഞ്ജയന്റെ തേജസ്സ് കത്തിനിൽക്കുന്നു..

“മാന്ത്രികനെ വശീകരിച്ചു സിദ്ധികളിൽ വിള്ളലേൽപ്പിക്കാമെന്ന വ്യാമോഹം ഉപേക്ഷിക്കുന്നതാണ് നിനക്ക് നല്ലത്.”

അവൾ മാന്ത്രികപ്പുരയിൽ അടക്കിയിരുന്ന ഗ്രന്ഥങ്ങൾ പറത്തിയെറിഞ്ഞു. സെന്തിൽ മന്ത്രങ്ങൾ ആവാഹിച്ച മയൂരകങ്കണം കൊണ്ട് ദാരുണമായി അവളെ പ്രഹരിച്ചു..

കൃതികയുടെയും വിഷ്ണുവിന്റെയും അതിയനൂരിന്റെ മണ്ണിൽ മരണപ്പെട്ട അറുപത് പേരുടെയും അദൃശ്യശക്തിയുടെ ബലമുണ്ടായിരുന്നു സെന്തിലിന്. ഓരോ തവണ പ്രഹരിക്കുമ്പോഴും അയാൾക്ക് അദൃശ്യമായ സാമിപ്യം അവനറിഞ്ഞു. ആയിരത്തിയെട്ട് ദുർമന്ത്രങ്ങളുടെ അകമ്പടിയുള്ള ദുർമന്ത്രവാദഗ്രന്ഥങ്ങൾക്കിടയിൽ മറഞ്ഞുവീണ ദേവാംഗനയെ നെയ് ഒഴിച്ചു കർപ്പൂരം കൊളുത്തി. അഗ്നിയോലകൾ അവളെ വിഴുങ്ങി. ഓലക്കെട്ടുകൾക്കിടയിലൂടെ നീലാഗ്നി കത്തിയമർന്ന് കെട്ടടങ്ങി. സെന്തിലിൽ നിന്നൊരു നിശ്വാസം അടർന്നുവീണു..

‘അമ്മേ മഹാമായേ..’

മനുഷ്യമർദ്ദിനി മന്ത്രം ആവാഹിച്ച തകിട് കതകിൽ ബന്ധിച്ചു അറകൊട്ടിയടച്ചു താക്കോൽ കയ്യിലെടുത്തു തിരിഞ്ഞു നടന്നു. ഭീതിയുടെ ശൽക്കങ്ങൾ പൊഴിച്ചുകൊണ്ട് പ്രകൃതി ശാന്തമായി. നരിച്ചീറുകളും.. മൂങ്ങകളും മനയിൽ നിന്നകന്നു പോയി.. കരിനാഗങ്ങൾ സർപ്പക്കാവിലെ ശിലകളിൽ വിലയം പ്രാപിച്ചു.

കൗഷിക് ക്ഷീണിതനായിരുന്നു. അയാളുടെ സമീപത്ത് വന്നിരുന്ന സെന്തിൽ തോളിൽ കൈചേർത്ത് വെച്ചു.

“എല്ലാം അവസാനിച്ചിരിക്കുന്നു അല്ലേ സെന്തിൽ!”

“ഒരിക്കലും ഇല്ല! താൽക്കാലികം മാത്രം ഇനിയാണ് അദൃശ്യതയിൽനിന്നും മായാദൃശ്യത ആരംഭിക്കുന്നത്..”

‘അത്യാഹിതം മഹാഭീതി കർമ്മജീവാനപേക്ഷി ച’

എനിക്കൊന്നും മനസ്സിലാകുന്നില്ല സെന്തിൽ. അർത്ഥം ഗ്രഹിക്കാൻ

സമയം എടുക്കും. ജീവനിൽ കൊതിയില്ലാതെ ചെയ്യുന്ന സാഹസിക കർമ്മമായിരുന്നു ഇത്. ഇതിനാണോ കൃതികയും വിഷ്ണുവും സ്വന്തം ജീവിതം നെയ്തീയിലെന്നപോലെ ഉരുക്കിയത്. നിന്റെ വികാര വിക്ഷോഭം എനിക്ക് മനസ്സിലാക്കാൻ കഴിയുന്നുണ്ട് കൗഷിക്. പക്ഷെ..."

"ദേവാംഗന, അവൾ തീർത്തും ഈ മനയുടെ അവകാശിയാണ്. അദൃശ്യശക്തിയായ അവൾക്ക് മരണമില്ല. അവളിപ്പോൾ ആ അറയിൽ ബന്ധിനിയാണ്. ഒരുപക്ഷേ പുറത്തുവന്നാൽ അവശേഷിക്കുന്ന ഗ്രന്ഥങ്ങളുടെ ശക്തിയാർജിച്ചായിരിക്കും, അല്ലെങ്കിൽ അതിനേക്കാൾ രൗദ്രരൂപിണിയായി. ഇനി അവളെ ബന്ധിക്കാനുള്ള മാന്ത്രികരില്ല.

എന്റെ മരണം ഏത് നിമിഷവും സംഭവിക്കാം. മാന്ത്രികരുടെ ജീവിതരഹസ്യം ആവാഹിക്കുന്ന മാന്ത്രികവള ചിത്രപ്പൂട്ടിട്ട് ബന്ധിച്ച ആ അറയിലാണ്. കൗഷിക് സെന്തിലിനെ തലചെരിച്ചു നോക്കി.

രുധിരമാലയുടെ ശരീരത്തിൽ നിന്നും ത്രിശൂലം വലിച്ചൂരി തുളസ്സിത്തറയിൽ തറച്ചുവെച്ചു. മനയുടെ ചുറ്റിലും വട്ടമിട്ടുപറന്ന കൃഷ്ണപ്പരുന്ത് ജലഗന്ധമനയുടെ ആരൂഢത്തിൽ പറന്നിറങ്ങി. വിഷ്ണുവിന്റെ ശരീരം തോളിലേക്കെടുത്തിട്ട് സെന്തിൽ ഇരുട്ടിലൂടെ നടന്നു തൊട്ടുപുറകിൽ കൗഷിക്കും. രാത്രിയുടെ നീലിമയിൽ തെളിഞ്ഞു നിൽക്കുന്നു ജലഗന്ധമന. ചിത്രപ്പൂട്ടിട്ട് ബന്ധിച്ച അറയുടെ താക്കോൽ ത്രിശൂലത്തിനടിയിലാണെന്ന രഹസ്യം സെന്തിലിന്റെ മനസ്സിൽ നിമജ്ജനം ചെയ്തു.

●

www.ingramcontent.com/pod-product-compliance
Lightning Source LLC
LaVergne TN
LVHW060410051026
849518LV00007B/2505
* 9 7 8 9 3 4 9 7 2 7 8 1 6 *